कारपेंटर मराठी MCQ

मनोज डोळे

Copyright © Manoj Dole
All Rights Reserved.

डिजिटायझेशन ही काळाची गरज आहे. भविष्यात, प्रशिक्षण अधिक सोयीस्कर आणि सोपे करण्यासाठी औद्योगिक प्रशिक्षण संस्थांमध्ये ऑनलाइन इंटरनेट वापरून प्रशिक्षण घेणे आवश्यक आहे. MCQ प्रश्नांचा संच असलेली ई-पुस्तके प्रशिक्षणार्थींना उपलब्ध करून दिली जातील कारण त्यांना त्यांच्या औद्योगिक प्रशिक्षण संस्थांमध्ये होणाऱ्या ऑनलाइन परीक्षांच्या तयारीसाठी MCQ प्रश्नांची अधिक सवय होणे आवश्यक आहे.

या सर्व बाबी लक्षात घेऊन श्री.मनोज मधुकर डोळे प्रशिक्षक, औद्योगिक प्रशिक्षण संस्था, सातारा यांनी नवीन वार्षिक प्रणाली आणि NSQF-5 अभ्यासक्रमानुसार पुस्तके लिहिली आहेत. आणि त्यांनी प्रशिक्षण सुलभ करण्यासाठी सैद्धांतिक मोबाइल अॅप्स आणि ब्लॉग तयार केले आहेत आणि हे सर्व शैक्षणिक साहित्य जगप्रसिद्ध Google Play Store, Amazon आणि Apple Book Store वर डाउनलोड करण्यासाठी उपलब्ध केले आहे.

पुस्तकांचे प्रकाशन माननीय सहसंचालक श्री राजेंद्र घुमे साहेब प्रादेशिक व्यावसायिक शिक्षण व प्रशिक्षण कार्यालय, पुणे यांच्या हस्ते दिनांक 9/1/2019 रोजी करण्यात आले, यावेळी श्री प्रकाश सायगावकर साहेब प्राचार्य शासकीय औद्योगिक प्रशिक्षण संस्था औंध पुणे, श्री तुकाराम मिसाळ साहेब प्राचार्य डॉ. सरकार प्र.संस्था सातारा, श्री सचिन धुमाळ साहेब जिल्हा व्यवसाय शिक्षण व प्रशिक्षण अधिकारी सातारा, श्री यतीन पारगावकर साहेब मुख्याध्यापक गो. प्र.संस्था कोल्हापूर, श्री विकास टेके साहेब निरीक्षक व्यावसायिक शिक्षण व प्रशिक्षण क्षेत्रीय कार्यालय पुणे, पालेकर फूड्स प्रॉडक्ट्स प्रा. लि.चे सातारा येथील उद्योजक अध्यक्ष श्री.नीळकंठराव पालेकर साहेब, हिरा फूड्स चे चेअरमन श्री.इब्राहिम बाबा तांबोळी साहेब, सौ.शाल्मली पवार मुख्याध्यापिका शासकीय तंत्रनिकेतन केंद्र सातारा व इतर मान्यवर यावेळी उपस्थित होते.

अनुक्रमणिका

प्रस्तावना

कारपेंटर MCQ हे ITI आणि अभियांत्रिकी कोर्स सुतार, 2022 मध्ये सुधारित NSQ अभ्यासक्रमासाठी एक साधे ई-पुस्तक आहे, त्यात अधोरेखित आणि ठळक अचूक उत्तरांसह वस्तुनिष्ठ प्रश्नांचा समावेश आहे MCQ मध्ये सर्व विषयांचा समावेश आहे ज्यात सर्व विषयांचा समावेश आहे आणि मेक, असेंबल, बदल आणि दुरुस्ती याविषयी सर्व महत्त्वाचे आहे. नमुन्यानुसार किंवा हाताने किंवा पॉवर टूल्स किंवा दोन्ही वापरून रेखाचित्रानुसार लाकडी संरचना आणि लेख. तयार करावयाच्या रचना किंवा वस्तूचा प्रकार समजून घेण्यासाठी नमुन्यावर रेखाचित्रे काढणे आणि आवश्यक लाकडाचे प्रमाण मोजणे. गरजेनुसार लाकूड निवडते. चौरस, स्क्राइबर इ. वापरून त्यांना आकारात चिन्हांकित करते. करवती, छिन्नी आणि विमान लाकडी तुकडे आवश्यक आकारात बनवतात आणि आवश्यक सांधे जसे की हाफ लॅप, टेनॉनमॉर्टिस, डोवेटेल इत्यादी बनवतात. आवश्यकतेनुसार साधने. अचूकता सुनिश्चित करण्यासाठी चौरस, फूट नियम, मापन टेप इत्यादीसह भाग वारंवार तपासतो. भाग एकत्र करते आणि स्क्रू, खिळे किंवा डोवेलिंग करून त्यांना स्थितीत सुरक्षित करते. रेखाचित्र किंवा नमुना सह एकत्रित संरचना तपासते; दोष असल्यास, दुरुस्त करते आणि आवश्यक वैशिष्ट्यांनुसार पूर्ण करते. जुन्या रचना किंवा वस्तूंच्या बाबतीत घटक बदलणे, दुरुस्त करणे किंवा बदलणे. भाग एकत्र चिकटवू शकतात. सँडपेपर आणि पॉलिशसह पृष्ठभाग गुळगुळीत आणि पूर्ण करू शकते. मेटल फिटिंग्ज स्ट्रक्चर आणि पॉलिश करण्यासाठी निश्चित करू शकतात. मेटल फिटिंग्ज स्ट्रक्चर किंवा आर्टिकलमध्ये फिक्स करू शकतात. फर्निचरची किंमत मोजू शकते. स्वतःची साधने धारदार करू शकतात. सुतार, बांधकाम; कारपेंटर बिल्डिंग हाताने किंवा पॉवर टूल्स किंवा दोन्ही वापरून दरवाजे, खिडक्या, फ्रेम आणि इमारतीचे इतर लाकडी सामान बनवते, एकत्र करते, बदलते आणि दुरुस्ती करते. रेखाचित्रे किंवा नमुने अभ्यासतो आणि आवश्यक लाकडाचे प्रमाण मोजतो. पॉवर किंवा हाताच्या साधनांनी आरी मोठ्या आकाराचे तुकडे करतात किंवा विविध घटक बनवण्यासाठी लाकूड गोळा करतात. वरील तुकड्यांच्या दोन बाजूंची योजना करा, त्रि-स्क्वेअर, स्क्राइबर, पेन्सिल इ. वापरून परिमाणे चिन्हांकित करा आणि अॅडझिंग, सॉइंग आणि प्लॅनिंगद्वारे त्यांना आवश्यक आकारात कमी करा. वेगवेगळ्या सदस्यांना चिन्हांकित करून ते आवश्यकतेनुसार कापतात आणि आकार देतात आणि करवत, छिन्नी, ड्रिलिंग आणि फिलिंगद्वारे टेनॉन आणि मोर्टाइज, हाफ लॅप आणि इतर सांधे बनवतात. अचूकता सुनिश्चित करण्यासाठी आकार आणि आकार देताना वारंवार तुकडे तपासतो. आवश्यकतेनुसार ग्लूइंग, क्रॅम्पिंग, डोवेलिंग, नेलिंग आणि स्क्रूगद्वारे चरणबद्ध फ्रेमवर्क एकत्र करते. अचूकतेसाठी पूर्ण झालेल्या लेखाचे परीक्षण करते. धातूच्या काड्या, बिजागर इत्यादी लाकडाच्या कामात आवश्यक तिथे बसवते आणि फिटिंग्जमधील दोष असल्यास दुरुस्त करते. स्वतःची साधने धारदार करतो. आवश्यक असल्यास मचान उभारू शकता.

आणि बरेच काही.

आम्ही प्रत्येक नवीन आवृत्तीसह नवीन प्रश्नांची उत्तरे जोडतो. कृपया काही त्रुटी/ वगळल्यास आम्हाला ईमेल करा. सर्व अभियांत्रिकी बहुपर्यायी प्रश्न आणि उत्तरांसाठी हे निर्विवादपणे सर्वात मोठे आणि सर्वोत्तम ई-पुस्तक आहे.

विद्यार्थी म्हणून तुम्ही ते तुमच्या परीक्षेच्या तयारीसाठी वापरू शकता. हे ई-पुस्तक प्राध्यापकांना साहित्य रीफ्रेश करण्यासाठी देखील उपयुक्त आहे.

ऋणनिर्देश, पावती

21 व्या शतकातील औद्योगिक क्षेत्रातील वेगाने वाढणाऱ्या मागणीच्या अनुषंगाने बहु-कुशल कारागीरांचा पुरवठा करण्यासाठी व्यवसाय शिक्षण आणि व्यवसाय प्रॅक्टिकल विभागामार्फत व्यावसायिक शिक्षण आणि प्रशिक्षण विभागामार्फत व्यावसायिक शिक्षण आणि प्रशिक्षण दिले जाते. संस्थांमधील सर्व व्यवसाय महत्त्वाचे आहेत, कारण या व्यवसायांतील प्रशिक्षणार्थी उद्योगाच्या मागणीनुसार बहु-कौशल्ये विकसित करतात.

औद्योगिक क्षेत्रातील सर्व उद्योगांमधील सर्व परीक्षा ऑनलाइन घेतल्या जातात आणि त्यामध्ये MCQ पद्धतीच्या प्रश्नांचा समावेश होतो हे लक्षात घेऊन सर्व व्यवसायांसाठी योग्य MCQ ई-पुस्तके उपलब्ध करून देण्याच्या उदात्त हेतूने. श्री.मनोज मधुकर डोळे यांनी नवीन वार्षिक अभ्यासक्रमानुसार MCQ पद्धतीवर खूप चांगले ई-बुक लिहिले आहे. हे ई-बुक सर्व प्रशिक्षणार्थी, प्रशिक्षणार्थी उमेदवार, प्रशिक्षण प्रशिक्षक आणि संबंधित इतरांसाठी निश्चितच मार्गदर्शक ठरेल.

पुस्तकाचे लेखक श्री.मनोज मधुकर डोळे आहेत, इन्स्ट्रक्टर गव्हर्नमेंट ITI सातारा यांना 17 वर्षांचा प्रशिक्षणाचा अनुभव आहे. नवीन वार्षिक पॅटर्न म्हणून लिहिलेल्या, या ई-बुकमध्ये प्रत्येक विषयासाठी मांडणी, सोपी भाषा आणि सोपी वाक्यरचना, आकृती आणि व्हिडिओ समजून घेण्यासाठी आधुनिक डिजिटल QR कोड तंत्रज्ञान समाविष्ट केले आहे. त्यामुळे सखोल अभ्यास आणि परीक्षेच्या सरावासाठी हे ई-बुक नक्कीच उपयोगी पडेल याची मला खात्री आहे. त्यांनी केलेले काम नक्कीच कौतुकास्पद आहे.

श्री तुकाराम मिसाळ
प्राचार्य शासकीय औद्योगिक प्रशिक्षण संस्था सातारा.

नांदी, प्रस्तावना

DGET नवी दिल्ली आणि CSTARI कोलकाता ऑगस्ट 2018 च्या सत्रापासून ITI मधील सर्व व्यवसायांसाठी वार्षिक पॅटर्न लागू करत आहेत. परीक्षा पद्धतीतही बदल करण्यात येणार असून या वर्षीपासून ती ऑनलाइन होणार असून सर्व प्रश्न वस्तुनिष्ठ स्वरूपाचे (MCQ) असल्याने प्रशिक्षणार्थींना सखोल अभ्यासाची नितांत गरज आहे. हे लक्षात घेऊन जुन्या NIMI पॅटर्नवर आधारित पुस्तके आणि नवीन वार्षिक पॅटर्नचे संपूर्ण विहंगावलोकन सादर करताना आम्हाला आनंद होत आहे आणि आम्हाला आशा आहे की ही पुस्तके सर्व व्यवसाय संचालक आणि प्रशिक्षणार्थींसाठी मार्गदर्शक ठरतील. आहे.

ही पुस्तके लिहिल्याबद्दल जोहर आवटे साहेब, ITI अकलूजचे प्राचार्य. ITI सातारा चे माजी प्राचार्य सायगावकर साहेब, सहाय्यक संचालक श्री चंद्रकांत ढेकणे साहेब व्यवसाय शिक्षण व प्रशिक्षण प्रादेशिक कार्यालय, पुणे, जिल्हा व्यवसाय शिक्षण व प्रशिक्षण अधिकारी सचिन धुमाळ साहेब व मुख्याध्यापिका शासकीय तंत्रनिकेतन केंद्र शाल्मली पवार मॅडम व मुलगा अधिराज डोळे, आई कुसुम डोळे. , माझे वडील मधुकर डोळे आणि पत्नी अश्विनी डोळे यांनी वेळोवेळी केलेल्या विशेष मार्गदर्शन व सहकार्याबद्दल मी त्यांचा मनःपूर्वक आभारी आहे.

तसेच अतिशय कमी कालावधीत पुस्तक प्रकाशित करण्यात अमूल्य वेळ दिल्याबद्दल श्री राजेंद्र घुमे साहेब, सहसंचालक, व्यवसाय शिक्षण व प्रशिक्षण प्रादेशिक कार्यालय, पुणे यांनी पुस्तकाचे पुनरावलोकन केले. त्यांच्या अभिप्रायाबद्दल मी मनापासून आभारी आहे.

पुस्तक लिहिण्याच्या सुरुवातीपासूनच सतत पाठबळ दिल्याबद्दल ITI सातारा च्या प्रशिक्षकांचा मी आभारी आहे.

या पुस्तकातून, ई-लर्निंगबद्दलचे माझे विचार तुमच्याशी शेअर करण्यात मी स्वतःला धन्य समजतो. हे पुस्तक परिपूर्ण आहे असा दावा मी करणार नाही, कारण परिपूर्णतेचा विचार करता हे पुस्तक एक प्रयत्न आहे आणि बाल्यावस्थेत आहे. त्यांची चाचणी आणि सूचना दिल्यास ते सुधारण्यासाठी मोलाचे ठरतील.

मनोज डोळे
दिनांक 9/1/2019

1
कारपेंटर QR Code Images

Download App
Online Test Exam
ITI Books
AutoCAD CAM
JOB & Apprentice
Online Theory
Computer Course
Trading Course
CNC Course
MSCIT Course
Shopping Business
Internet Business
Web Designing
Online Services
Top Sportsmans
Indian Army
Freedom Fighters
Top Scientists
Social Reformers
Motivational Speaker
Top Richest People
Join WhatsApp Group
Join Facebook Group
Like Facebook Page
PAN / Adhar / Licence
Passport

Fire extinguisher

Calliper

Hacksaw frame

Universal surface guage

Hammer

Centre punch

Bench vice

Files

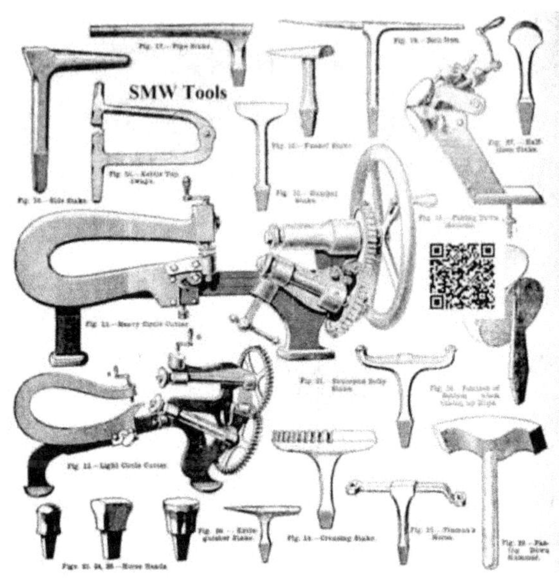

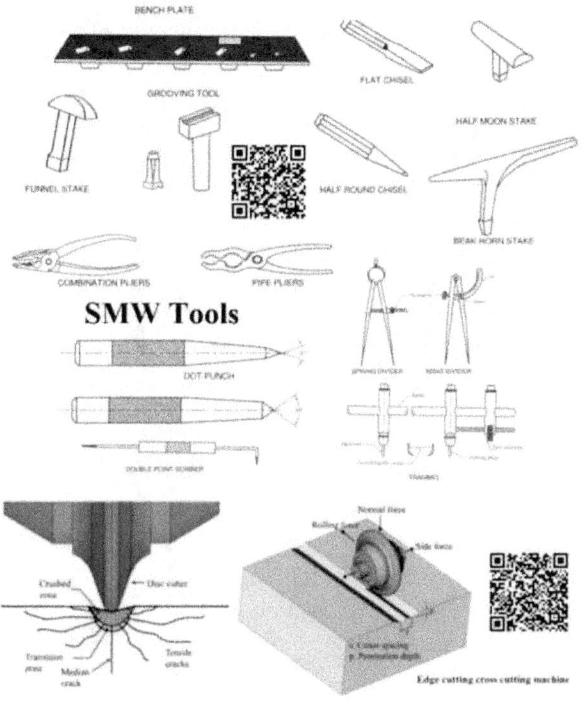
BENCH PLATE
FLAT CHISEL
GROOVING TOOL
HALF MOON STAKE
FUNNEL STAKE
HALF ROUND CHISEL
BREAK HORN STAKE
COMBINATION PLIERS
PIPE PLIERS
SMW Tools
DOT PUNCH
SPRING DIVIDER
WING DIVIDER
DOUBLE POINT SCRIBER
Disc cutter
Crushed zone
Transition zone
Median crack
Tensile cracks
Normal force
Rolling force
Side force
Edge cutting cross cutting machine

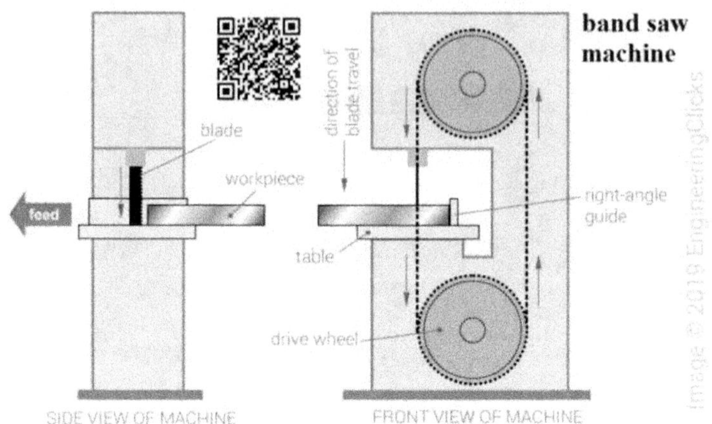
blade
workpiece
feed
SIDE VIEW OF MACHINE
direction of blade travel
band saw machine
right-angle guide
table
drive wheel
FRONT VIEW OF MACHINE
Image © 2019 EngineeringClicks

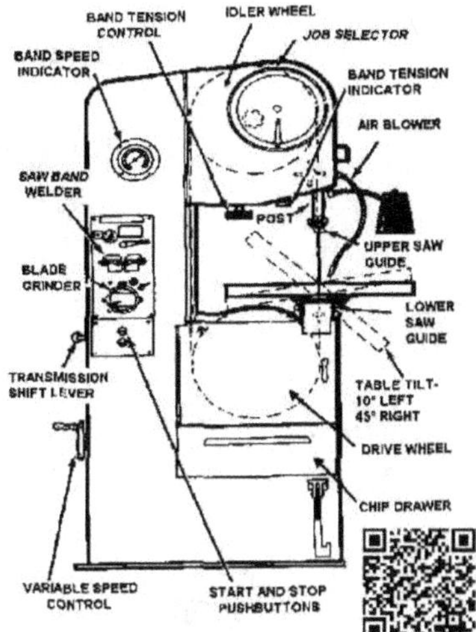

Figure 6-2. Vertical band sawing mach

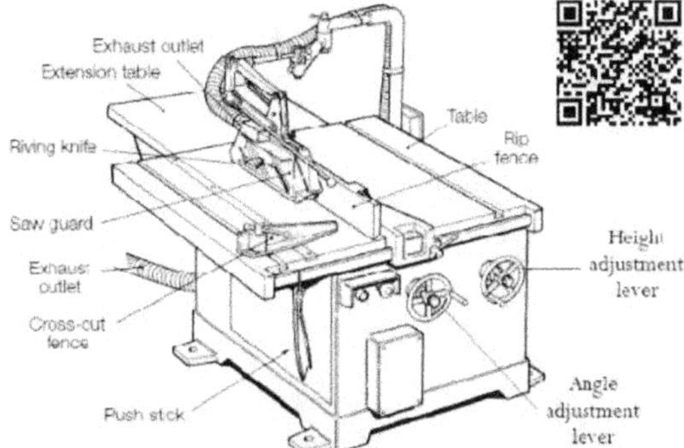

circular saw machine.

Workshop Tools
drill
pipe wrench
monkey wrench
clamp
chisel
anvil
wrench / spanner
shears
ruler
adhesive tape
measuring tape
drill bit
sandpaper
paint brush
toolbox
hacksaw
nail
saw
spirit level
awl
extension cord
hammer
screw
circular saw
screwdriver
chain saw
mallet
glue
file
pliers

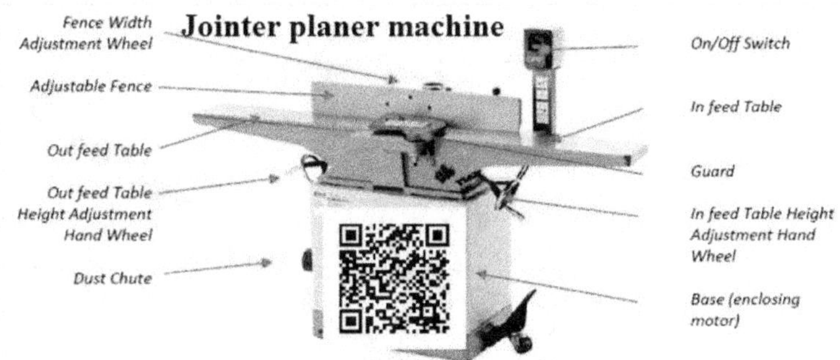

Fence Width Adjustment Wheel
Jointer planer machine
On/Off Switch
Adjustable Fence
In feed Table
Out feed Table
Guard
Out feed Table Height Adjustment Hand Wheel
In feed Table Height Adjustment Hand Wheel
Dust Chute
Base (enclosing motor)

Mortise machine

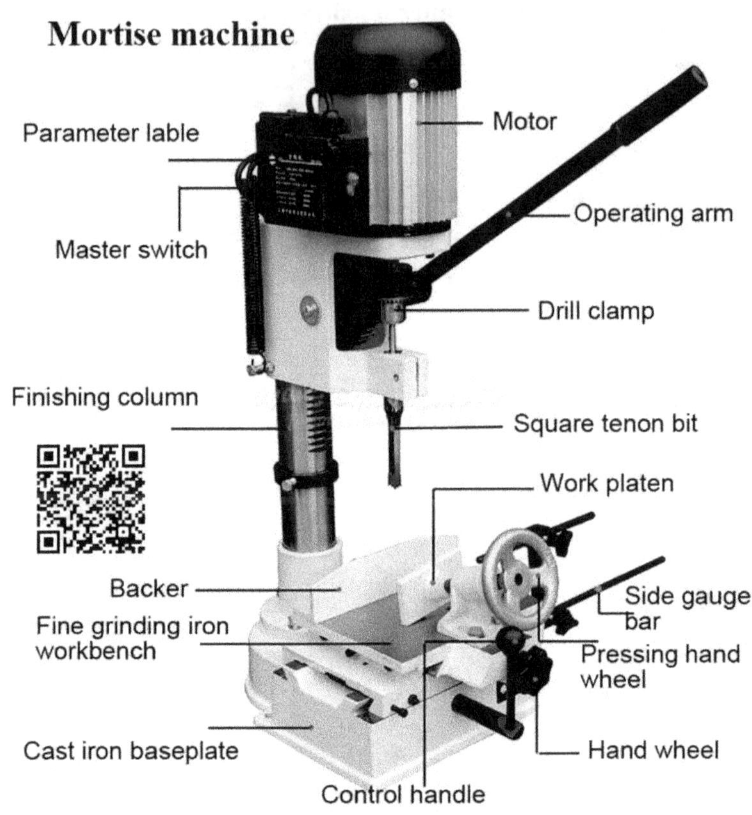

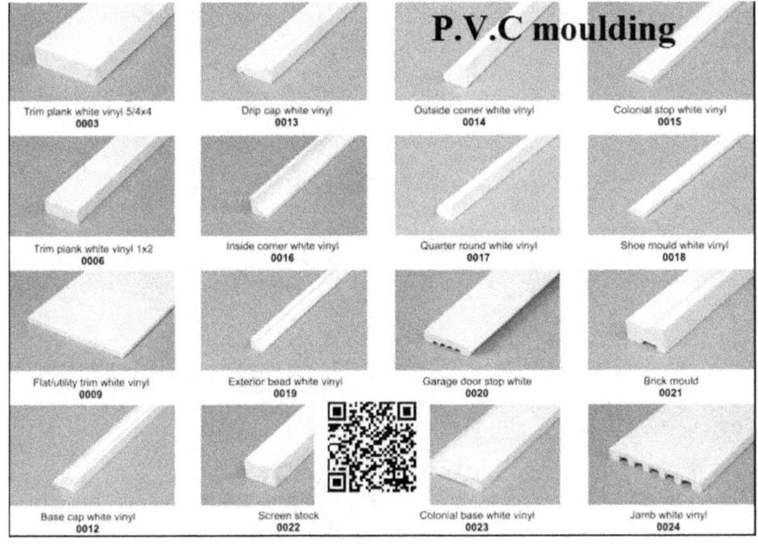
P.V.C moulding
Trim plank white vinyl 5/4x4
0003
Drip cap white vinyl
0013
Outside corner white vinyl
0014
Colonial stop white vinyl
0015
Trim plank white vinyl 1x2
0006
Inside corner white vinyl
0016
Quarter round white vinyl
0017
Shoe mould white vinyl
0018
Flat/utility trim white vinyl
0009
Exterior bead white vinyl
0019
Garage door stop white
0020
Brick mould
0021
Base cap white vinyl
0012
Screen stock
0022
Colonial base white vinyl
0023
Jamb white vinyl
0024

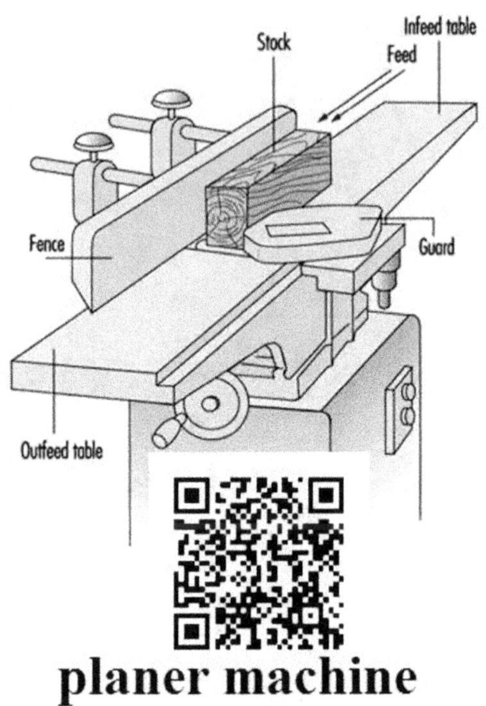

planer machine

portable circular saw machine

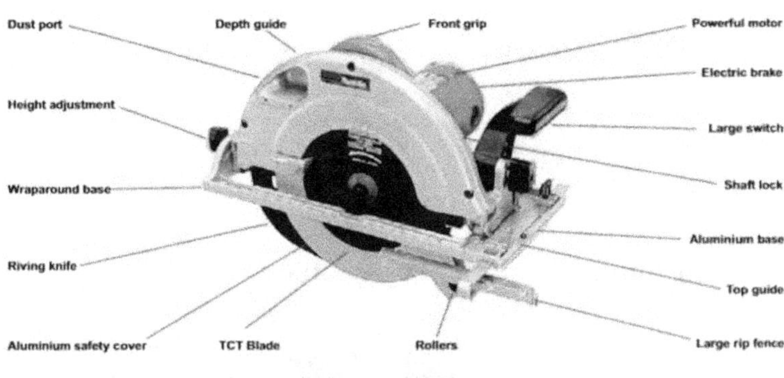

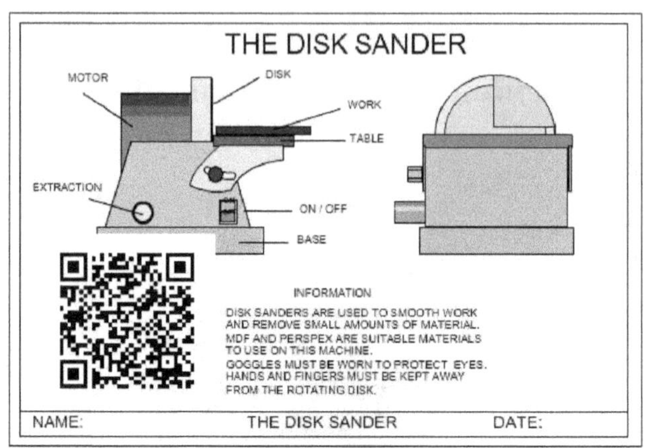
THE DISK SANDER
MOTOR
DISK
WORK
TABLE
EXTRACTION
ON / OFF
BASE
INFORMATION
DISK SANDERS ARE USED TO SMOOTH WORK
AND REMOVE SMALL AMOUNTS OF MATERIAL.
MDF AND PERSPEX ARE SUITABLE MATERIALS
TO USE ON THIS MACHINE.
GOGGLES MUST BE WORN TO PROTECT EYES.
HANDS AND FINGERS MUST BE KEPT AWAY
FROM THE ROTATING DISK.
NAME:
THE DISK SANDER
DATE:

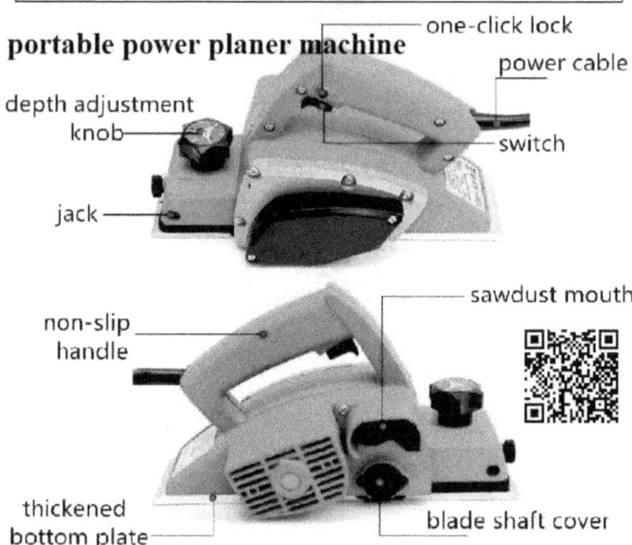
portable power planer machine
one-click lock
power cable
depth adjustment knob
switch
jack
non-slip handle
sawdust mouth
thickened bottom plate
blade shaft cover

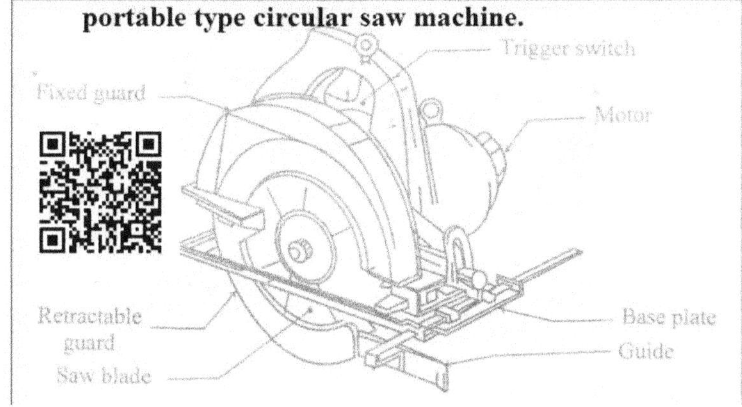

portable type circular saw machine.

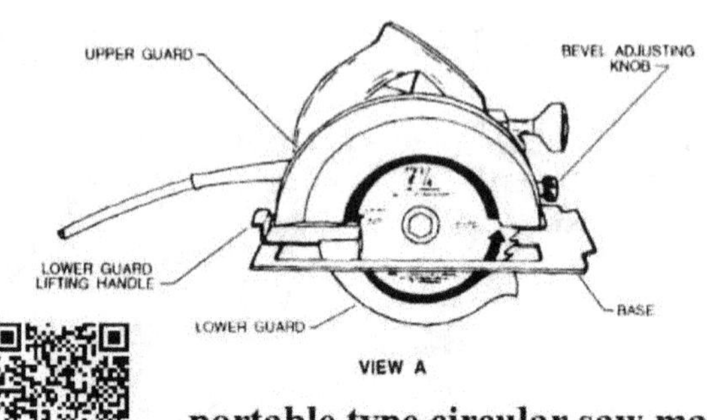

portable type circular saw machine.

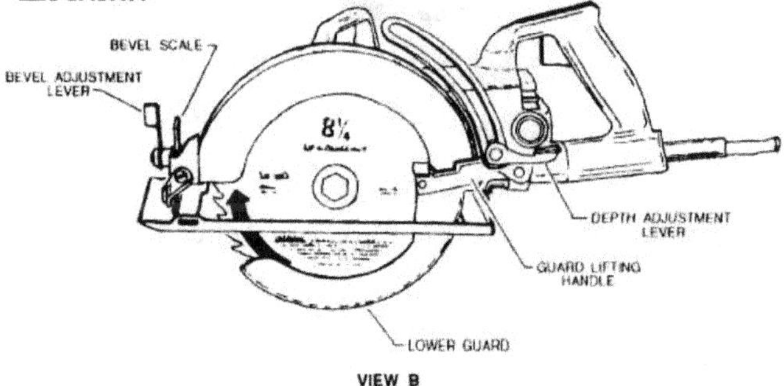

Basic timber joints

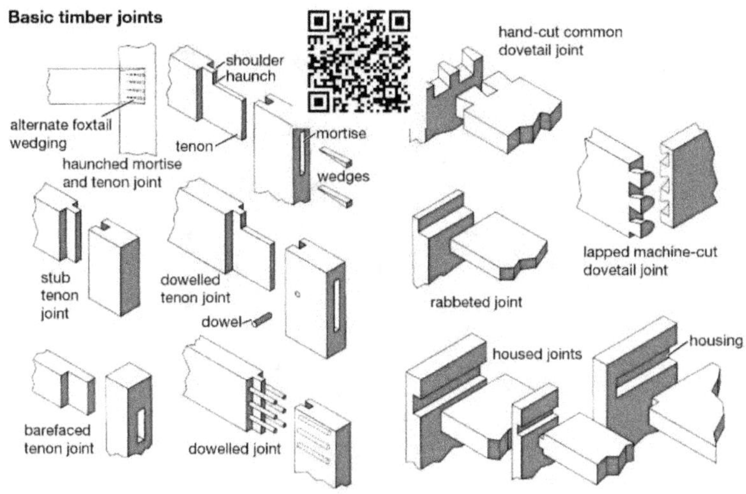

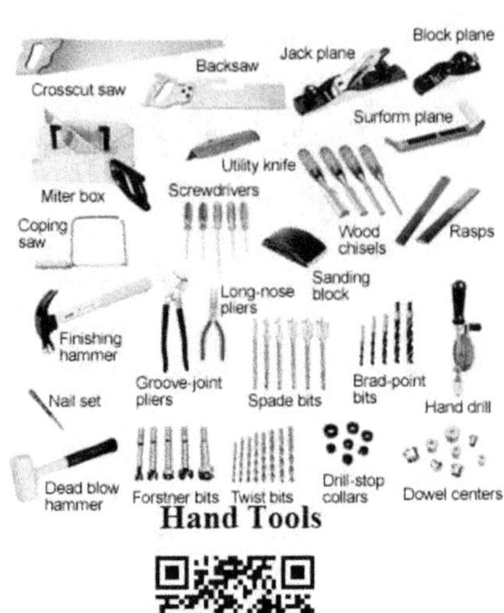

Hand Tools

Window shutter

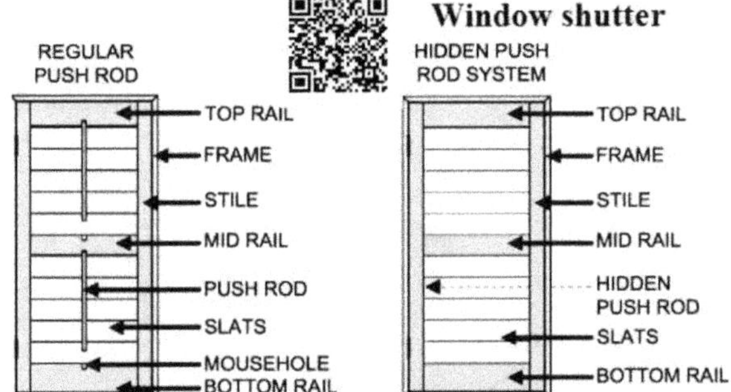

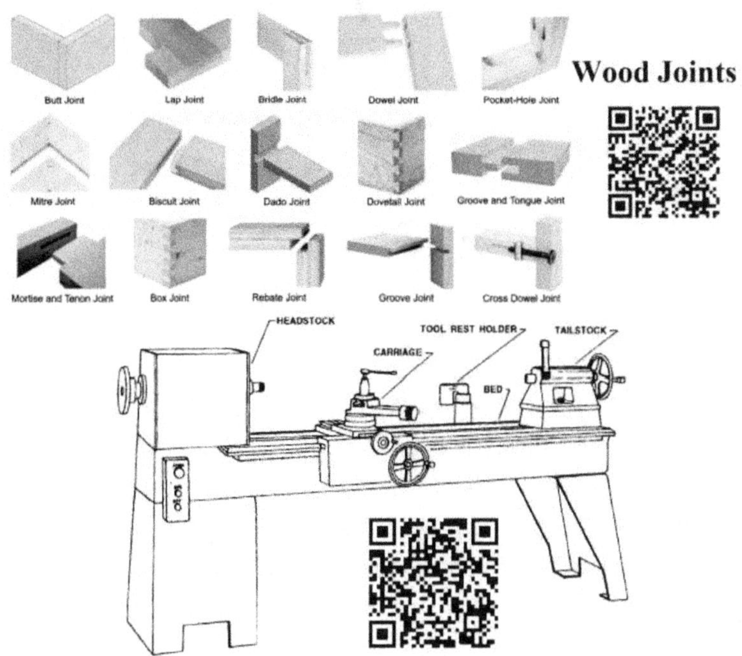

Wood Turning Lathe

2
कारपेंटर MCQ

1] कार्यशाळा सुरक्षा कोणती आहे?

अ] दुकानातीलमजलास्वच्छआणिग्रीस, तेलकिंवाइतरनिसरड्यापदार्थांपासूनमुक्तठेवा

ब] वेग बदलण्यापूर्वी मशीन थांबवा

C] क्रॅक किंवा चीप केलेली साधने वापरू नका

ड] धावणारे मशीन हाताने थांबवण्याचा प्रयत्न करू नका

२] पर्सनल प्रोटेक्ट इक्विपमेंट (पीपीई) मध्ये हेल्मेट वापरले जाते

अ] डोकेसंरक्षितकरा

ब] डोळ्यांचे रक्षण करा

क] हातांचे संरक्षण करा

ड] कानांचे रक्षण करा

3] खालीलपैकी कोणते सामान्य सुरक्षिततेशी संबंधित आहे?

A चांगल्या वृत्तीचा कार्यकर्ता ठेवा

ब] काम स्वच्छ आणि स्पष्ट

क] आपल्या कामावर लक्ष केंद्रित करा

ड] मजलाआणिगँगवेस्वच्छआणिस्वच्छठेवा

4] दळताना डोळ्यांच्या संरक्षणासाठी कोणता वापर केला जातो?

अ] गडद हिरवा काच

ब] मुखवटा

क] सूर्याचा चष्मा

ड] सुरक्षागॉगल

5] मशीनच्या सुरक्षिततेसाठी खालीलपैकी काय केले जाते?

अ] मशीनसुरूकरण्यापूर्वीतेलाचीपातळीतपासा

ब] पद्धतशीर पद्धतीने कामे करा

क] मजला आणि गँगवे स्वच्छ आणि स्वच्छ ठेवा

ड] डाय आणि स्कार्फ वापरू नका

6] In पर्सनल प्रोटेक्ट इक्विपमेंट (PPE], 'स्लीव्हज'चा वापर संरक्षणासाठी केला जातो ----------

चेहरा

ब] डोळे

क] कान

ड] हात

7] ABC म्हणजे --------------

अ] स्वयंचलित श्वास नियंत्रण

ब] स्वयंचलित रक्त नियंत्रण

क] वायुमार्गश्वासअभिसरण

ड] स्वयंचलित रक्त परिसंचरण

8] आग आणि आग विझवणारे

fire extingusher

Fire Extingusher

अग्नीरोधक

9] "वर्ग ब" आग विझवण्यासाठी अग्निशामक यंत्राचे प्रकार वापरले जातात ....

अ] कोरडीशक्ती

ब] कार्बन डायऑक्साइड

क] पाण्याचा जेट

ड] फोम प्रकार

10] सामान्य आग विझवण्यासाठी कोणत्या प्रकारचे अग्निशामक यंत्र वापरले जाते?

अ] पाण्याचेप्रकारविझविण्याचेयंत्र

ब] फोम प्रकार एक्टिंग्विशर

क] कोरडी रासायनिक पावडर एक्टिंग्विशर

D] कार्बन डायऑक्साइड (C02] एक्टिंग्विशर

11] रक्तस्त्राव झाल्यास उपचार घ्या

डी] थंड 3" आणि विश्रांती

अ] थंडपाण्याचीफवारणीकरा

ब] लगेच मलमपट्टी -----.

ब] अपघात विचार उपचार बद्दल चौकशी

safety   workshop safety

12] अपघात झाल्यास, पीडितेने आय.एम

अ] विश्रांती घेण्यास सांगितले

क] तात्काळहजरझाले

डी] त्याला सोडा

13] जखमी किंवा आजारी व्यक्तीला प्राथमिक उपचार दिले जातात....

अ] जीव वाचवा

ब] मफचा पुढील बिघाड टाळा

C] शक्य तितक्या चांगल्या सोई द्या

ड] हेसर्व

14] कचरा पेपर वेगळे करण्यासाठी डब्यांचा कलर कोड ----- आहे.

अ] निळारंग

ब] पिवळा रंग

क] लाल रंग

ड] हिरवा रंग

15] जपानी भाषेत सेको म्हणजे --------------

अ] चमकणे

ब] क्रमवारी लावा

क] प्रमाणीकरण

ड] टिकवणे

16] SS प्रणालीचा फायदा ------ आहे.

अ] उत्पादकतेत वाढ

ब] गुणवत्तेत वाढ

क] वेळेचा अपव्यय कमी करणे

ड] हेसर्व

17] सुरक्षा म्हणजे -----------

अ] कोणाचाही व्यवसाय नाही

ब] प्रत्येकशरीराचाव्यवसाय

क] काही शरीर व्यवसाय

ड] संस्थेचा व्यवसाय

18] मूलभूत श्रेणींसाठी सुरक्षा चिन्हे उपलब्ध आहेत "निषेध" चिन्हाचा अर्थ ----

अ] दाखवतेकीतेकेलेजाऊनये

ब] काय केले पाहिजे ते दाखवते

क] धोक्याची किंवा धोक्याची चेतावणी देते

ड] सुरक्षा तरतुदीची माहिती देते

18] एक मायक्रोमीटर (U] समान आहे...

अ] 0.1 मि.मी

ब] 0.01 मिमी

C] 0.001 मिमी

ड] 0.0001 मिमी

19] स्लॉटची रुंदी मोजण्यासाठी कॅलिपर म्हणजे...

अ] विषम पाय कॅलिपर

ब] बाहेरील कॅलिपर

C] जेनी कॅलिपर

ड] कॅलिपरच्याआत

caliper   hand tools

कॅलिपर

20] विभाजकांचा आकार ----------- द्वारे निर्दिष्ट केला जातो.

अ] पायांची एकूण लांबी

ब] पूर्णपणे उघडल्यावर बिंदूंमधील अंतर

C] बिंदू नसलेल्या पायांची लांबी

D] पिव्होटआणिबिंदूमधीलअंतर

21] समांतर रेषा चिन्हांकित करण्यासाठी वापरलेले साधन आहे, डेटाम काठाच्या समांतर आहे -

अ] जेनीकॅलिपर

ब] विभाजक

क] बाहेरील कॉलीपर

ड] कॅलिपरच्या आत

22] खालीलपैकी कोणते एक अप्रत्यक्ष मोजण्याचे साधन आहे?

अ] बाहेरीलकॅलिपर

ब] व्हर्नियर कॅलिपर

क] पोलादी नियम

ड] बाहेरील मायक्रोमीटर

23] पातळ नळ्या कापण्यासाठी, हॅकसॉ ब्लेडची सर्वात योग्य पिच आहे...

अ] 1.8 मिमी

ब] 1.4 मिमी

क] 1 मि.मी

ड] 0.8 मि.मी

24] ठोस पितळ कापण्यासाठी, हॅकसॉ ब्लेडची सर्वात योग्य पिच आहे...

अ] 1.8 मिमी

ब] 1.4 मिमी

क] 1 मि.मी

डी] 0.8 मिमी

hacksaw   Hacksaw Frame Blade

हॅकसॉ फ्रेम

25] काही स्ट्रोक नंतर एक नवीन हॅकसॉ ब्लेड मुळे सैल होते ...

अ] ब्लेडचेताणणे

ब] विंग-नट धागे जीर्ण होत आहेत

क] ब्लेडची चुकीची खेळपट्टी

ड] करवतीच्या संचाची अयोग्य निवड.

26] लहान व्यासाचे पाईप्स कापताना, नियमितपणे पाहणे आणि याची खात्री करणे उचित आहे ...

अ] कट वक्र रेषेसह आहे

ब] <u>अधिककरवतीचेदातसंकुचितआहेत</u>

क] काम जास्त तापलेले नाही

ड] हॅकसॉचे योग्य संतुलन राखले जाते

27] व्हाइस क्लॅम्पचा वापर यासाठी केला जातो...

अ] कठीण जबड्याचे रक्षण करा

ब] कामाचे तुकडे कडकपणे घट्ट करा

क] <u>तयारपृष्ठभागसंरक्षितकरा</u>

D] जंगम जबडा दाखल होण्यास प्रतिबंध करा

28] चिन्हांकित करताना संदर्भ पृष्ठभाग प्रदान केला जातो...

अ] पृष्ठभाग मापक

ब] वर्कपीस

क] कामाचे रेखाचित्र

D] <u>मार्किंगटेबलपृष्ठभाग</u>

29] अभियंत्याच्या वाइसचा आकार द्वारे निर्दिष्ट केला जातो ...

अ] जंगम जबड्याची लांबी

ब] <u>जबड्याचीरुंदी</u>

क] दुर्गुणाची उंची

ड] जबडा जास्तीत जास्त उघडणे

30] सार्वत्रिक पृष्ठभाग गेजचा भाग जो डेटाम काठावर समांतर रेषा काढण्यास मदत करतो.

अ] रॉकर हात

ब] स्नग

क] बारीक समायोजन स्क्रू

ड] <u>मार्गदर्शकपिन</u>

universal surface
gauge   Surface Gauge

युनिव्हर्सल पृष्ठभाग गेज

31] स्क्राइबर बनलेले आहेत ...

अ] सौम्य पोलाद

ब] उच्चकार्बनस्टील

क] पितळ

ड] कास्ट लोह

32] हँडल फिक्स करण्यासाठी वापरल्या जाणार्‍या हातोड्याचा भाग...

चेहरा

ब] पेन

क] गाल

ड] डोळाछिद्र

33] चिन्हांकित करण्याच्या हेतूसाठी हातोड्याचे वजन आहे ...

अ] 250 ग्रॅम

ब] 500 ग्रॅम

क] १ किग्रॅ

ड] 2 किग्रॅ

hammer   Hammers

हातोडा

३४] डिव्हायडर्सचा आकार...

अ] पायांची एकूण लांबी

ब] पूर्णपणे उघडल्यावर बिंदूमधील अंतर

क] बिंदूंशिवाय पायांची लांबी

D] पिव्होटआणिबिंदूमधीलअंतर

35] 'V' ब्लॉकच्या खोबणीचा समाविष्ट केलेला कोन नेहमीच असतो....

अ] ४५०

ब] ६००

क] 90०

ड] 120०

36] 'V' ब्लॉक्सच्या ग्रेडमध्ये उपलब्ध आहेत...

अ] अआणिब

ब] अ, ब आणि क

क] १,२ आणि ३

ड] १ आणि २

37] 'B' ग्रेडचे 'V' ब्लॉक बनलेले आहेत

अ] कास्टलोह

ब] सौम्य पोलाद

क] पोलाद

ड] कास्ट स्टील

38] केंद्र शोधण्यासाठी वापरलेल्या पंचाचे नाव सांगा.

अ] प्रिक पंच ३००

ब] प्रिक पंच ६००

क] केंद्रपंच

ड] डॉट पंच

Centre punch 1   Punches

मध्यभागी पंच

39] केंद्र पंचाचा बिंदू कोन -------- आहे.

अ] ३०°

ब] ५०°

c] 900

ड] 1200

40] पंचांचा वापर --------- कोणत्याही आकाराचा बनवण्यासाठी केला जातो

अ] छिद्र

ब] खाण

C] Knurling

ड] रीमिंग

41] साधारणपणे वाइसच्या हँडलची लांबी ---------- असते.

अ] वाइसच्या सामान्य आकाराच्या 1.5 पट

ब] वाइसच्यासामान्यआकाराच्या 2.5 पट

क] वाइसच्या सामान्य आकाराच्या 3.5 पट

ड] वाइसच्या सामान्य आकाराच्या 4.5 पट

bench vice   Bench Vice

खंडपीठ उपाध्यक्ष

42] बेंच व्हाईस स्पिंडल .... चे बनलेले असते.

अ] सौम्यपोलाद

ब] कास्ट लोह

क] साधन स्टील

ड] कांस्य

43] फाइल्सची उत्तलता मदत करते...

अ] अवतल पृष्ठभाग फाइल करण्यासाठी

ब] बहिर्वक्र पृष्ठभाग फाइल करण्यासाठी

क] कामाच्याकडागोलाकारटाळण्यासाठी

D] दाब लागू झाल्यावर सरळ होणारी फाईल

files 1   Files

फाईल्स

44] लाकूड, चामडे आणि इतर मऊ साहित्य भरण्यासाठी कोणती फाईल वापरली जाते?

अ] सिंगल कट फाइल

ब] डबल कट फाइल

c] रास्पकटफाइल

ड] वक्र कट फाइल

45] वापरलेली फाईल ------------ साठी वापरली जाते.

अ] कामाचा तुकडा साफ करणे

क] फाइल दात नूतनीकरण

ब] फाईलचेदातसाफकरणे

ड] चिप्स साफ करणे

४६] फाइल कार्ड --------- यासाठी वापरले जाते.

अ] कामाचा तुकडा स्वच्छ करा

C] फाईलचे दात नूतनीकरण करा

ब] फाईलचेदातस्वच्छकरा

47] लेखकाचा बिंदू कोन ----------- आहे.

अ] ३०°

ब] ६०°

C] 5° ते 10°

D] 12° ते 15°

48] कास्ट आयरनला चिपकण्यासाठी कटिंग अँगल आहे...

अ] ३७.५०

ब] 55०

क] 60०

ड] 90०

chisel   hand tools

49] छिन्नी सामग्रीमध्ये खोदेल जेव्हा...

अ] रेक कोन अधिक आहे

ब] क्लिअरन्स कोन खूप कमी आहे

क] झुकावकोनअधिकआहे

ड] झुकाव कोन खूप कमी आहे

५०] कटिंग एजला थोडासा बहिर्वक्रता दिला जातो...

अ] वक्र पृष्ठभाग कापून टाका

ब] धारदार कोपरे कापून टाका

क] टोकेखोदण्यासप्रतिबंधकरा

ड] वंगण आत येऊ द्या

51] सरफेस प्लेट्स कशापासून बनतात...

अ] उच्च दर्जाचे कास्ट स्टील

ब] बारीककच्चालोह

क] मिश्र धातु स्टील्स

ड] लोह

Surface plates   hand tools

52] पृष्ठभाग प्लेट्स त्यांच्या लांबी आणि रुंदीनुसार निर्दिष्ट केल्या जातात आणि मध्ये असतात

अ] डेसिमीटर

ब] घनमीटर

क] <u>दंडगोलाकार</u>

53] कोन प्लेटच्या मशीन नसलेल्या भागावर बरगड्या दिल्या जातात...

अ] सुलभ हाताळणी

ब] उत्पादनात सोय

C] मशीनवर सेट करताना क्लॅम्पिंग

ड] <u>कडकपणाआणिविकृतीटाळण्यासाठी</u>

54] अँगल प्लेटवरील स्लॉट यासाठी दिले आहेत...

अ] वजन कमी करणे

ब] काम संरेखित करणे

क] हुक वापरून उचलणे

D] <u>सामावूनघेणारेबोल्ट.</u>

55] कोन प्लेट्सचा आकार द्वारे दर्शविला जातो ...

अ] वजन

ब] लांबी

क] लांबी x रुंदी

ड] <u>आकारक्रमांक</u>

प्रश्न १) झाडाच्या पहिल्या तयार झालेल्या गोलाकार गडद भागाला .... म्हणतात.

अंगठी

ब) पिठ

क) झाडाची साल

ड) कॉर्टेक्स

प्रश्न २) खालीलपैकी कोणती पांढऱ्या मुंग्यांच्या हल्ल्याला प्रतिकार करू शकते?

अ) देवदर

ब) साग

क) चिर

ड) कैल

Q 3) स्विच बॉक्ससाठी वॉलबोर्डमधील ओपनिंग कापण्यासाठी कोणता करवत सर्वोत्तम पर्याय असेल?

अ) की होल सॉ

ब) कोपिंग सॉ

क) हॅकसॉ

ड) मागे पाहिले

Q 4) वर्क पीसला आधार देण्यासाठी चाकांच्या दरम्यान प्रदान केलेल्या बँड सॉ मशीनच्या भागाचे नाव द्या.

अ) टेबल

ब) हात

क) मार्गदर्शक पोस्ट

ड) स्तंभ

प्रश्न 5) जेव्हा झाड वाढते तेव्हा त्याच्या अनेक फांद्या पडतात आणि खोडातील या फांद्यांचा बुंधा झाकलेला असतो. मध्ये

लाकडाचे करवतीचे तुकडे पडलेल्या फांद्याचे स्टंप .... असे दिसतात

अ) स्पॉट

ब) गाठ

क) रिज

ड) पाचर घालून घट्ट बसवणे

Q 6) खाली दिलेल्या आकृतीमध्ये डोवेटेल जॉइंट कोणता आहे?

अ) संयुक्त ए

ब) संयुक्त बी

क) संयुक्त सी

ड) संयुक्त डी

प्र 7) खाली दिलेल्या आकृतीत काय दाखवले आहे ते ओळखा.

अ) पिन

ब) बरगड्या

क) डोवल्स

ड) कळा

प्रश्न ८) यापैकी कोणता सांधा इतका कमकुवत आहे की छत बांधताना त्याला स्टीलच्या प्लेट्स किंवा ब्रॅकेटने मजबुत करावे लागते

trusses?

अ) डोव्हटेल संयुक्त

ब) ब्रिडल संयुक्त

क) बट संयुक्त

ड) मॉर्टिस आणि टेनॉन संयुक्त

प्र 9) एका थ्रेडवरील दिलेल्या बिंदूपासून पुढील थ्रेडवरील संबंधित बिंदूपर्यंतच्या अंतराला .... म्हणतात.

अ) हेलिक्स

ब) लीड

क) खेळपट्टी

ड) फ्लॅट

प्रश्न 10) कोणत्या प्रकारचे कुलूप दाराला कायमचे जोडलेले नाही?

अ) पॅड लॉक

ब) नॉब लॉक

क) डेडबोल्ट

ड) कॅमलॉक

Q 11) बँड सॉ वर क्लिक करणारा आवाज सूचित करतो ....

अ) तुटलेले चाक गार्ड

ब) ब्लेडमध्ये क्रॅक

क) इलेक्ट्रिकल पॉवर ट्रिपिंग

ड) काहीही चुकीचे नाही

प्र 12) खाली दिलेल्या आकृतीत दर्शविलेल्या बिजागराचा प्रकार काय आहे?

अ) बट बिजागर

ब) बिजागर काढा

क) फ्लश बिजागर

ड) सुरक्षा बट बिजागर

प्र 13) टेबलसॉचा आकार .... द्वारे निर्धारित केला जातो.

अ) टेबलची उंची

ब) शाफ्ट व्यास

क) ब्लेड व्यास

ड) ब्लेडची रुंदी

Q 14) खाली दिलेल्या आकृतीत दाखवलेल्या चौकटीला .... म्हणतात.

अ) सुताराची पेटी

ब) आकार देणारी पेटी

क) स्लिटिंग बॉक्स

ड) मीटर बॉक्स

Q 15) लाकडाची चौरसता तपासण्यासाठी वापरले जाणारे साधन .... आहे.

अ) शासक

ब) फ्रेमिंग स्क्वेअर

क) चौरस वापरून पहा

ड) संयोजन चौरस

प्रश्न 16) नखे काढण्यासाठी काय वापरले जाते?

अ) बॉल पेन हातोडा

ब) पंजा हातोडा

क) मॅलेट

ड) स्लेज हातोडा

प्र 17) खालील आकृती एका वायसमध्ये धरून ठेवलेला लाकडाचा तुकडा दाखवते. विमान वापरताना ते कोणत्या दिशेला जावे?

अ) डावीकडून उजवीकडे

ब) उजवीकडून डावीकडे

क) कोणत्याही दिशेने

ड) हालचालीची दिशा महत्त्वाची नाही

Q 18) लाकडी वर्कपीसमध्ये बारीक कट करण्यासाठी कोणते साधन वापरले जाते?

अ) हाताने पाहिले

ब) लाकडी आरी

क) टेनॉन पाहिले

ड) रिप सॉ

प्रश्न 19) खालील आकृतीत दर्शविलेल्या साधनाच्या संदर्भात कोणते विधान सत्य नाही?

अ) त्याला ब्रेस म्हणतात

ब) हे ऑगर बिट्ससह वापरले जाते

क) हे लहान व्यासाचे छिद्र पाडण्यासाठी वापरले जाते

ड) हे ड्रिल बिटवर भरपूर शक्ती लागू करण्यास अनुमती देते

प्र 20) न वाळलेल्या ताज्या कापलेल्या लाकडाला .... म्हणतात.

अ) कच्ची लाकूड

ब) ताजे लाकूड

क) हिरवी लाकूड

ड) बेस लाकूड

Q 21) गोंद घालणे, जोडणे आणि असेंब्ली दरम्यान बोर्ड किंवा तुकडे व्यवस्थित ठेवण्यासाठी लावलेल्या खुणा म्हणतात.

....

अ) असेंब्ली मार्क्स

ब) साक्षीदार खुणा

क) दृश्यमान खुणा

ड) मर्यादित गुण

Q 22) रेलिंगला आधार देणाऱ्या जिन्याच्या वरच्या किंवा खालच्या बाजूला असलेल्या पोस्टला (खाली दिलेली आकृती) .... म्हणतात.

अ) न्यूवेल

ब) मुंटिन

क) ओगी

ड) साचा

Q 23) ज्या कोनात दातांची पुढची धार सॉ ब्लेडवर कापली जाते, त्याला म्हणतात.

चेहरा

ब) रेक

क) कटिंग अँगल

डी) क्लिअरन्स कोन

Q 24) आगीतून बाहेर पडण्यासाठी वापरण्यात येणारा दरवाजा .... आहे.

अ) दुहेरी क्रिया दरवाजा

ब) पॅनिक बारसह पॅनेल दरवाजा

क) पॅनेल दरवाजा

ड) फिरणारा दरवाजा

प्रश्न 25) सरकत्या दरवाजाचा तोटा .... कॅबिनेट ओपनिंग उपलब्ध आहे.

अ) दीड

ब) एक तृतीयांश

क) एक चतुर्थांश

ड) एक-पाचवा

Q 26) दरवाजाच्या चौकटीच्या सर्वात वरच्या भागाला .... म्हणतात.

अ) दरवाजाचे डोके

ब) दरवाजा रोलर

क) दरवाजा जवळ

ड) दार जाम

प्र 27) उतार असलेल्या छताच्या सामान्य राफ्टरला आधार देण्यासाठी क्षैतिजरित्या ठेवलेला सदस्य .... आहे.

अ) पुरलिन

ब) क्लीट

क) बॅटन

ड) स्ट्रट

Q 28) यापैकी कोणता प्रकार ट्रस नाही?

अ) किंग पोस्ट ट्रस

ब) राणी पोस्ट ट्रस

क) प्रिन्स पोस्ट ट्रस

ड) प्रॅट ट्रस

Q 29) झाडाच्या बाह्य संरक्षणात्मक थराला .... म्हणतात.

अ) झाडाची साल

ब) बास्ट

क) कॅंबियम

ड) सॅप लाकूड

Q 30) ट्रसच्या वाढीच्या गुणोत्तराला .... म्हणतात.

अ) स्केल

ब) लीड

क) शिखर

ड) खेळपट्टी

प्र 31) कुऱ्हाडी सारखे उपकरण हँडलला लंब असलेल्या ब्लेडने लाकूड कोरण्यासाठी वापरले जाते, त्याला .... म्हणतात.

अ) Awl

ब) Adze

क) स्क्रॅपर

ड) गॉज

Q 32) जेव्हा तुम्ही छिन्नी वापरता तेव्हा हे महत्वाचे आहे की तुम्ही ....

अ) दोन्ही हात नेहमी मागे ठेवा

ब) छिन्नी बोथट असल्यास जोरात मारा

क) शक्य असल्यास धान्य ओलांडून छिन्नी करा

ड) नेहमी शक्य असलेल्या सर्वात मोठ्या छिन्नीचा वापर करा

Q 33) कोणते साधन मोल्डिंग, कडा छाटणे, रीसेस तयार करणे आणि खोबणी कापू शकते?

अ) जॅक विमान

ब) बेल्ट सँडर

क) रेसिप्रोकेटिंग सॉ

डी) राउटर

Q 34) जॉइंटर हे .... साठी डिझाइन केलेले एक साधन आहे.

अ) मिटर कापून टाका

ब) गोंद लावा

क) समतल पृष्ठभाग

ड) अरुंद स्टॉक फाडणे

Q 35) हा एक चाकू आहे ज्यामध्ये दोन हँडलमध्ये ब्लेड असते. हँडल ब्लेडच्या काटकोनात असतात. याची सवय आहे स्टॉकवर ब्लेड खेचून पृष्ठभाग गुळगुळीत करा. साधनाला नाव द्या.

अ) पुलकनाइफ

ब) ड्रॉकनाइफ

क) काटकोन चाकू

ड) ब्रिज चाकू

Q 36) hxagonal rench ला .... म्हणून देखील ओळखले जाते.

अ) ऍलन रेंच

ब) स्टिलसन रेंच

सी) सॉकेट रेंच

ड) रॅचेट रेंच

Q 37) खाली दिलेली आकृती ....चे दोन प्रकार दर्शवते.

अ) कास्टर

ब) कॅम्बर्स

सी) रोलर्स

ड) चाके ड्रॅग करा

Q 38) एकाच कोनात अनेक फलकांची टोके कापण्याचा श्रेयस्कर मार्ग म्हणजे .... वापरणे.

अ) मीटर बॉक्स

ब) संरक्षक

क) संयोजन चौरस

ड) संयोजन बेव्हल

Q 39) तुमच्याकडे लाकूडचा एक छोटा भाग आहे जो तुम्हाला बंद करायचा आहे. या कामासाठी योग्य फाइल नाव द्या.

अ) सिंगल कट

ब) दुहेरी कट

क) वक्र कट

ड) रास्प कट

Q 40) धातूला गुळगुळीत करण्यासाठी आणि गंज काढण्यासाठी वापरला जाणारा काळा सँडपेपर .... आहे.

अ) एमरी

ब) ॲल्युमिनियम ऑक्साईड

क) सिलिकॉन कार्बाइड

ड) प्युमिस

Q 41) यापैकी कोणते अपघर्षक खनिज लाकूडकामात वापरले जात नाही?

अ) गार्नेट

ब) सिरेमिक

क) सिलिकॉन कार्बाइड

ड) कॅल्शियम कार्बाइड

Q 42) लेथवर लाकूड फिरवण्यापूर्वी ते .... आहे याची खात्री करा.

अ) हार्डवुड

ब) धूळ मुक्त

क) दोषमुक्त

ड) सॉफ्टवुड

Q 43) सँडिंग किंवा पॉलिश करण्यापूर्वी लाकूड टर्निंग लेथवर कोणते समायोजन करावे?

अ) टूल रेस्ट स्टॉकच्या जवळ हलवा

ब) साधन विश्रांती काढा

क) कामाच्या क्षेत्रामध्ये प्रकाश जोडा

ड) दुसरे साधन विश्रांती जोडा

Q 44) दुकानातील मजल्यावरील घसरणे आणि पडणे टाळण्यासाठी काय मदत करू शकते?

अ) लहान शिडी वापरणे

ब) लेदर सोल्ड शूज घालणे

क) मजला गोंधळापासून मुक्त ठेवणे आणि गळती पुसणे

ड) जमिनीवर भूसाचा एक समान थर ठेवणे

Q 45) जेव्हा सुरक्षा नियम घोड्याच्या खेळाचा संदर्भ घेतात,

अ) फसवणूक करणे

ब) वस्तू फेकणे

क) दुकानाच्या मजल्यावरील प्राणी

ड) घोड्यांचा खेळ खेळणे

Q 46) विमान वापरताना, काळजीपूर्वक समायोजन करा कारण ब्लेड .... आहे.

अ) मऊ

ब) चोच घेण्यायोग्य

क) तीक्ष्ण

ड) महाग

Q 47) महागड्या लाकडाचा पातळ थर स्वस्त प्लायवुडच्या जाड तुकड्याला जोडलेला असतो.

महाग लाकूड पण कमी किमतीत म्हणतात.....

अ) कोप्स

ब) वरवरचा भपका

क) जाडी

ड) लाकूड

Q 48) एक द्रव तयारी जी कडक चमकदार कोटिंगवर सुकते .... आहे.

अ) मेण

ब) प्राइमर

क) वार्निश

ड) स्टिकर

Q 49) खालील आकृतीमध्ये दाखवलेल्या लाकूड टर्निंग लेथमध्ये f काय आहे?

अ) हेडस्टॉक

ब) लॉक नॉब

क) टूल पोस्ट

ड) टेलस्टॉक

प्रश्न 50) लेथवर फेसिंग ऑपरेशन केले जाते तेव्हा कोणत्या प्रकारचा पृष्ठभाग तयार होतो?

सपाट

ब) टेपर

क) दंडगोलाकार

ड) शंकूच्या आकाराचे

प्रश्न 51) जर तुम्ही लाकडाचे दोन तुकडे चिकटवण्याचा विचार करत असाल तर ते एकत्र ठेवण्यासाठी तुम्ही काय वापरू शकता?

अ) हेक्स टूल

ब) बिस्किट जॉइनर

क) सी - पकडीत घट्ट करणे

ड) लीव्हर

Q 52) CNC मशीनमध्ये, मोड .... तुम्ही नवीन प्रोग्राम वापरून पाहत असताना उपयुक्त ठरतो.

अ) MDI

ब) सिंगल ब्लॉक

क) संपादित करा

ड) आरंभ करणे

Q 53) .... ची पडताळणी करण्यासाठी प्लंब बॉब वापरला जातो.

अ) क्षैतिज पातळी

ब) अनुलंब पातळी

क) समांतर पातळी

ड) पृष्ठभाग पातळी

प्रश्न 54) खालीलपैकी कोणते अग्निशामक विद्युत आगीसाठी योग्य आहे?

अ) कोरडी रसायने

ब) पाणी

क) फोम

ड) सोडा ॲसिड

Q 55) पाण्याचा वापर __________ विझवण्यासाठी केला जातो.

अ) वर्ग-अ आग

ब) वर्ग-ब आग

क) वर्ग-क आग

ड) हे सर्व

Q 56) खालीलपैकी कोणता सरळ कटिंग करवतीचा प्रकार नाही?

अ) धनुष्य पाहिले

ब) रिप सॉ

क) टेनॉन पाहिले

ड) डोवेटेल पाहिले

Q 57) सुतार करवतीने धान्याच्या बाजूने कोणते साधन वापरले जाते?

विमान

ब) छिन्नी

क) रिप सॉ

ड) हातोडा

Q 58) इतर प्रकारच्या करांच्या तुलनेत, टेनॉन सॉमध्ये ______________ असते.

अ) प्रति इंच जास्त दात

ब) प्रति इंच कमी दात

क) प्रति इंच समान दात

ड) यापैकी नाही

प्रश्न ५९) गोलाकार करवतीचा उपयोग काय?

अ) फाडणे

ब) मीटर कटिंग

क) बेव्हल कटिंग

ड) हे सर्व

Q 60) ट्रायिंग प्लेनची लांबी ______________ आहे.

अ) 600-700 मिमी

ब) 700-800 मिमी

क) 450-500 मिमी

ड) 800-900 मिमी

प्रश्न ६१) कोणता भाग झाडाचे वय दर्शवतो?

अ) पिठ

ब) रिंग

क) झाडाची साल

ड) कॉर्टेक्स

Q 62) लाकडाचे शास्त्रीय नाव काय आहे?

अ) झाइलम

ब) Xylastrus orbiculatus

सी) पॅरेन्कायमा

ड) सायकाडोफायटा

Q 63) खालीलपैकी कोणते मऊ लाकडाचे उदाहरण आहे?

अ) देवदर

ब) साल

क) ओक

ड) महोगनी

Q 64) बाहेरील पृष्ठभाग आकुंचन पावल्यामुळे लॉगच्या बाहेरील भागाला ______________ म्हणतात.

अ) वारा क्रॅक

ब) रिंग शेक

क) अस्वस्थ

ड) वाणे

Q 65) खालीलपैकी कोणता छिन्नीचा प्रकार नाही?

अ) गरम छिन्नी

ब) बेंच छिन्नी

क) बट छिन्नी

ड) कॅबिनेट छिन्नी

Q 66) लाकडाची गुणवत्ता _____________ यावर अवलंबून नाही.

अ) झाडाचा आकार

ब) झाडाची परिपक्वता

क) लाकडाचे वजन

ड) झाडाचा प्रकार

प्र 67) आकृतीत दाखवलेले हाताचे साधन ओळखा?

अ) गिमलेट

ब) स्क्रू ड्रायव्हर

क) स्टार-हेड स्क्रू ड्रायव्हर

ड) नाकाचा सपाट पट्टा

प्र 68) आकृतीत दाखवलेले हाताचे साधन ओळखा?

अ) हँड ड्रिल

ब) गिमलेट

क) रॅचेट ब्रेस

ड) इलेक्ट्रिक ड्रिल

Q 69) उच्च दर्जाच्या फर्निचर ड्रॉवरच्या बांधकामात _____________ जॉइंट वापरला जातो.

अ) लॅप्ड डोव्हटेल

ब) ससा

क) दादो

ड) लॅप

Q 70) खालीलपैकी कोणता बॉक्स जॉइंट आहे?

अ) कंघी संयुक्त

ब) टी अर्धवट करणे

क) कोपरा अर्धवट करणे

ड) टेनॉन आणि मोर्टाइज

प्र 71) लाकडाचे दोन तुकडे जोडून सदस्याची लांबी वाढवण्यासाठी
_________________ सांधे वापरतात.

अ) लांबी वाढवणे

ब) कोन

टाळ्या वाजविल्या

ड) रुंदीकरण

Q 72) घनता _______ द्वारे मोजली जाते.

अ) वस्तुमान ÷ खंड

ब) खंड ÷ वस्तुमान

क) खंड X वस्तुमान

ड) वजन X जाडी

Q 73) खालीलपैकी कोणता स्क्रू ड्रायव्हरचा भाग आहे?

अ) ब्लेड

ब) टीप

क) शँक

ड) हे सर्व

Q 74) आकृतीत दाखवलेले हाताचे साधन ओळखा?

अ) पिन्सर

ब) कॉम्बिनेशन प्लायर

क) टोंग

ड) नाकाचा सपाट पट्टा

Q 75) खालील चित्रात कोणती रूपांतरण पद्धत दर्शविली आहे?

अ) स्पर्शिका करवत

ब) समांतर सॉइंग

क) रेडियल सॉइंग

ड) क्वार्टर सॉइंग

Q 76) फायबर बोर्ड _________________ म्हणूनही ओळखले जातात.

अ) दाबलेले लाकूड

ब) पास केलेले लाकूड

क) हलके लाकूड

ड) यापैकी नाही

Q 77) लाकूड रोटरी कापलेली, कापून किंवा कापून काढलेली एक पातळ शीट, ज्याचा
वापर कनिष्ठ लाकडाला वरच्या बाजूने केला जातो.

प्लायवुड __________ आहे.

अ) वरवरचा भपका

ब) कण पत्रक

क) क्रॉस बाँड लेयर

ड) विनाइल शीट

Q 78) लाकडाच्या पातळ थरांना एकत्र बांधून प्रत्येक थराचे दाणे काटकोनात असतील अशा प्रकारे बनवले जातात.

समीप स्तराचा. हे आहे____________.

अ) प्लायवुड

ब) इमारतीचे लाकूड

क) कॉर्क बोर्ड

ड) हार्ड बोर्ड

प्र 79) प्लायवुडमधील कोणत्या थराला "कोर" म्हणतात?

अ) मधला थर

ब) वरचा थर

क) वरचा थर

ड) बाजूचा थर

प्रश्न 80) विधानांपैकी कोणते विधान प्लायवुडचा फायदा नाही?

अ) ते सहज आकुंचन पावेल आणि विरघळेल

ब) हे खूप मोठ्या आकारात तयार केले जाते

क) ते वजनाने हलके असते

ड) हे सहजपणे काम केले जाऊ शकते आणि आकार आणि डिझाइनमध्ये वाकले जाऊ शकते

प्रश्न 81) झाडाचा कोणता भाग सुतारकामासाठी अधिक उपयुक्त आहे?

अ) हृदयाचे लाकूड

ब) सॅप लाकूड

क) झाडाची साल

ड) रूट

Q 82) करवतीला तीक्ष्ण करण्यासाठी कोणता वाइस वापरला जातो?

अ) दुर्गुण पाहिले

ब) सुतार वाइस

क) बार क्लॅम्प

ड) सी- क्लॅम्प

प्रश्न ८३) खालीलपैकी कोणते लाकूड संरक्षक नाही?

अ) गोंद

ब) तार

क) क्रियोसोट

ड) रासायनिक मीठ

Q 84) सिंगल कट फाइलचा कोन _______ आहे.

अ) 60°

ब) ५१°

क) 70°

ड) 90°

Q 85) सॉ पॉइंट बनवण्यासाठी वापरण्यात येणारी फाइल _________ आहे.

अ) त्रिकोणी फाइल

ब) अर्धा गोल फाइल

क) अनियमित फाइल

ड) ऑगर बिट फाइल

Q 86) "गाठ" हा इमारती लाकडाचा एक प्रकारचा दोष आहे, जो __________ मुळे होतो.

अ) नैसर्गिक कारण

ब) मसाला

क) बुरशीचा हल्ला

ड) कीटकांचा हल्ला

प्रश्न 87) मसाला तयार करण्याची सर्वात जलद आणि प्रभावी पद्धत कोणती आहे?

अ) इलेक्ट्रिक सीझनिंग

ब) भट्टीचा मसाला

क) नैसर्गिक मसाला

ड) रासायनिक मसाला

Q 88) खालीलपैकी कोणता अपवर्तक लाकडाचा प्रकार आहे?

अ) डिओडर

ब) साग

क) शीशम

ड) साल

Q 89) __________ सांधे हा सुतारकामाच्या जोडाचा सर्वात सोपा प्रकार आहे.

अ) डोवेटेल

ब) ससा

क) बोट

ड) लॅप

प्रश्न 90) फर्निचरसाठी कोणत्या प्रकारचे लाकूड सर्वोत्तम आहे?

अ) चेरी

ब) पांढरा ओक

क) पाइन

ड) साग

प्र 91) आकृतीत दाखवलेली खुर्ची ओळखा.

अ) लाकडी सशस्त्र खुर्ची

ब) स्टील सशस्त्र खुर्ची

क) लाकडी हात नसलेली खुर्ची

ड) लाकडी स्टूल

प्र 92) खालीलपैकी कोणता प्रकार गोलाकार सॉ ब्लेड आहे?

अ) क्रॉसकट

ब) फाडणे

क) संयोजन

ड) हे सर्व

प्र 93) करवतीचे कोणते ऑपरेशन वर्तुळाकार सॉ मशीनशी संबंधित नाही?

अ) रिप सॉ

ब) मोल्ड कटिंग

क) मीटर कटिंग

ड) क्रॉस कटिंग

प्र 94) प्लॅनिंग करण्यापूर्वी, आपण _____________ साठी पृष्ठभागाचे निरीक्षण केले पाहिजे.

अ) वळणे

ब) वार्पिंग

क) योग्य परिमाण

ड) ट्रिमिंग

Q 95) बँड सॉ मशीनचा कमाल टाइलिंग कोन_______ आहे.

अ) ४५०

ब) 60०

क) 90०

ड) 120०

प्र 96) बँड सॉचे आकार ____________ द्वारे निर्धारित केले जातात.

अ) चाकाचा व्यास

ब) ब्लेडची जाडी

क) टेबल आकार

ड) यापैकी नाही

प्र 97) पोकळ छिन्नी मॉर्टाइजिंग मशीन ___________ छिन्नीचे कटिंग ड्रिलच्या क्रियेसह एकत्र करते

मध्यभागी थोडा.

अ) चार बाजूनी

ब) दुतर्फा

क) तीन बाजूनी

ड) यापैकी नाही

प्र 98) मॉर्टाइजर मशीन हे ___________ मशीन आहे, ज्याचा उपयोग चौरस आणि आयताकृती ड्रिल करण्यासाठी केला जातो.

लाकूड

अ) लाकडी काम

ब) मेटल वर्किंग

क) चिकणमाती कार्यरत

ड) यापैकी नाही

प्र 99) आकृतीत दाखवलेल्या सुताराच्या साधनाचे नाव काय आहे?

अ) क्लॉ हॅमर

ब) बॉल पेन हॅमर

क) क्रॉस peenHammer

ड) सरळ पेन हॅमर

प्रश्न 100) खालीलपैकी कोणते फर्निचर टेबलचे प्रकार नाही?

अ) चहाचे टेबल

ब) संगणक टेबल

क) जेवणाचे टेबल

ड) एक्सेल टेबल

Q 101) पॉवर प्लेन हे मूलतः ___________ असते जे कटर बार चालवते.

अ) हाय-स्पीड मोटर

ब) हाय-स्पीड इंजिन

क) कमी गतीची मोटर

ड) यापैकी नाही

Q 102) सँडिंग डिस्क्स ___________ वापरून स्थापित केल्या जातात.

अ) वेगवेगळ्या आकाराचे दोन रेंच

ब) दाब-संवेदनशील चिकट

क) टेंशन नॉब

ड) चक की

Q 103) आकृतीमध्ये दर्शविलेल्या सँडिंग मशीनचा प्रकार ओळखा.

अ) डिस्क सँडर

ब) बेल्ट सँडर

क) स्पिंडल सँडर

ड) गियर सँडर

Q 104) फ्रेम आणि पॅनल बांधणीमध्ये, बाहेरील उभ्या फ्रेम सदस्य_______ आहेत.

अ) स्टाइल्स

ब) रेल

सी) लॉक रेल

ड) मुलियन

Q 105) __________ खिडक्या सरकत्या दरवाज्यासारख्या असतात आणि शटर रोलर बेअरिंगवर फिरतात.

क्षैतिज किंवा अनुलंब.

अ) सरकणे

ब) स्विंगिंग

क) रोलिंग

ड) धातू

Q 106) स्लाइडिंग विंडो हा विंडोचा एक प्रकार आहे ज्यामध्ये शटर __________ हलते.

अ) क्षैतिज

ब) अनुलंब

क) एकतर क्षैतिज किंवा अनुलंब

ड) यापैकी नाही

प्रश्न 107) पृष्ठभागावरील पुटीचा मुख्य उद्देश काय आहे?

अ) भिंतीच्या पृष्ठभागावरील कोणत्याही केसांच्या रेषेतील तडे किंवा छिद्रे भरण्यासाठी

ब) पेंटिंगसाठी एकसमान, समतल पृष्ठभाग तयार करण्यासाठी,

क) पाणी गळती रोखणे किंवा कमी करणे

ड) हे सर्व

Q 108) ड्रिलिंग मशीनमध्ये न वापरलेल्या ऍक्सेसरीचे नाव सांगा.

अ) टूल धारक

ब) स्लीव्ह

सी) सॉकेट

ड) ड्रिल चक

Q 109) _______________ हे एक उर्जा साधन आहे जे ड्रिलिंग आणि कठिण छिन्नी यांसारखी भारी-कर्तव्य कार्ये करू शकते.

साहित्य

अ) रोटरी हातोडा

ब) जॅक विमान

क) बेल्ट सँडर

ड) रेसिप्रोकेटिंग सॉ

Q 110) उतार असलेल्या छताच्या रिज लाइनवर प्रदान केलेला लाकडी तुकडा _______________ म्हणून ओळखला जातो.

अ) राफ्टर

ब) रिज

क) गॅबल

ड) खेळपट्टी

Q 111) _______________ छप्परांमध्ये, सामान्य राफ्टर कोणत्याही मध्यवर्ती समर्थनाशिवाय स्वतःला प्रदान केले जातात.

अ) एकल

ब) दुहेरी

सी) पुरलिन

ड) ट्रस्ड

Q 112) खाली दिलेली आकृती a_______________ दर्शवते.

अ) राणी पोस्ट ट्रस

ब) किंग पोस्ट ट्रस

क) राणी पोस्ट आणि किंग पोस्ट ट्रस दोन्ही

ड) यापैकी नाही

Q 113) _______________ मजल्यांमध्ये सिंगल जॉईस्ट असतात जे फ्लोअर बोर्डच्या खाली ठेवलेले असतात.

अ) सिंगल संयुक्त इमारती लाकूड मजला

ब) सिंगल जॉइस्ट लाकडाचा मजला

क) सिंगल लाकूड मजला

ड) जॉईस्ट फ्लोअर

Q 114) _______________ आकार सँड पेपरच्या शीटचा खडबडीतपणा निर्धारित करतो.

अ) काजळी

ब) वाळू

क) कागद

ड) अ‍ॅल्युमिनियम ऑक्साईड

Q 115) सुतार लाकूड गुळगुळीत करण्यासाठी कोणते साधन वापरतात?

विमान

ब) छिन्नी

क) रिप सॉ

ड) रास्प

Q 116) लाकडाच्या आर्द्रतेतील बदलांमुळे लाकूड _________________ होऊ शकतो ज्यामुळे ताण येऊ शकतो आणि क्रॅक होऊ शकतो

कोटिंग्ज

अ) सूज येणे

ब) संकोचन

क) सूज आणि संकोचन दोन्ही

ड) यापैकी नाही

Q 117) ____________ लाकडावरील लोखंडी डाग काढून टाकण्यासाठी विशेषतः प्रभावी आहे.

अ) ऑक्सॅलिक ॲसिड

ब) ब्लीच

क) पाणी

ड) तेल

Q 118) प्राइमर्सचा वापर _________ केला जातो.

अ) पेंटिंग करण्यापूर्वी

ब) चित्रकला नंतर

क) पेंटसह एकत्र

ड) यापैकी नाही

Q 119) सर्वात टिकाऊ वार्निश ____________ आहे.

अ) तेल वार्निश

ब) पाणी वार्निश

क) स्प्रिट वार्निश

ड) हे सर्व

Q 120) वुड वर्किंग सीएनसी राउटरमध्ये, सीएनसी म्हणजे _______________.

अ) संगणक अंकीय नियंत्रण

ब) अंकीय नियंत्रण नियंत्रित करा

क) संगणक क्रमांक नियंत्रण

ड) काउंटर न्यूमेरिक कंट्रोल

Q 121) CNC ऑपरेशनमध्ये G00 हा _____________ साठी कोड आहे.

अ) जलद स्थिती

ब) रेखीय प्रक्षेपण

क) वर्तुळाकार प्रक्षेपण

ड) यापैकी नाही

Q 122) CNC ऑपरेशनमध्ये M00 हा _____________ साठी कोड आहे.

अ) कार्यक्रम थांबवा

ब) स्पिंडल स्टार्ट

क) साधन बदल

ड) कूलंट चालू

Q 123) लाकडाची घनता निर्धारित केल्यावर आर्द्रतेचे प्रमाण किती असावे?

अ) १२%

ब) १८%

क) २०%

ड) 22%

Q 124) लाकूड टर्निंग लेथ मशीनचा मुख्य घटक _____________ आहे.

अ) हेड स्टॉक आणि स्पिंडल

ब) टेल स्टॉक आणि पॉपेट बॅरल

क) बेड आणि टूल विश्रांती

ड) हे सर्व

Q 125) स्पिंडल टर्निंगमध्ये लाइव्ह सेंटर आणि _____________ मधील स्टॉक टर्निंगचा समावेश होतो.

अ) स्पूर

ब) साधन विश्रांती

क) हेडस्टॉक

ड) मृत केंद्र

Q 126) मशीनवर काम करताना प्रथम प्राधान्य असते-

अ) कोणतीही चूक करू नका

ब) आजूबाजूच्या इतर लोकांकडे लक्ष द्या

क) नेहमी सुरक्षिततेचा विचार करणे

ड) यापैकी नाही

Q 127) लाकडावरील वॅक्स पॉलिश खालीलपैकी कोणत्या श्रेणीत येते?

अ) बाष्पीभवन

ब) साफ करा

क) पाणी आधारित

ड) यापैकी नाही

उत्तर की

Level 1 Answer key

Question No.	Option	Question No.	Option	Question No.	Option	Question No.	Option	Question No.	Option
1	B	31	B	61	B	91	A	121	A
2	B	32	A	62	A	92	D	122	A
3	A	33	D	63	A	93	B	123	A
4	A	34	C	64	A	94	C	124	D
5	B	35	B	65	A	95	A	125	D
6	D	36	A	66	A	96	A	126	A
7	C	37	A	67	A	97	A	127	A
8	C	38	A	68	A	98	A		
9	C	39	D	69	A	99	A		
10	A	40	A	70	A	100	D		
11	B	41	D	71	A	101	A		
12	B	42	C	72	A	102	C		
13	C	43	B	73	D	103	A		
14	D	44	C	74	A	104	A		
15	C	45	A	75	D	105	A		
16	B	46	C	76	A	106	A		

17	A	47	B	77	A	107	D
18	C	48	C	78	A	108	A
19	C	49	D	79	A	109	A
20	C	50	A	80	A	110	B
21	B	51	C	81	A	111	A
22	A	52	B	82	A	112	A
23	B	53	B	83	A	113	B
24	B	54	A	84	A	114	A
25	A	55	A	85	A	115	A
26	A	56	A	86	A	116	C
27	A	57	C	87	A	117	A
28	C	58	A	88	A	118	A
29	A	59	D	89	D	119	A
30	D	60	A	90	D	120	A

कारपेंटर स्तर 2

Q 1) सॉफ्टवुड सदाहरित झाडांपासून मिळते ज्याला .... म्हणतात.

अ) पर्णपाती

ब) पाइन

क) कोनिफर

ड) Fir

प्रश्न २) खाली दिलेल्या आकृतीत दाखवलेला करवतीचा प्रकार काय आहे?

अ) धनुष्य पाहिले

ब) कोपिंग सॉ

क) फ्रेटसॉ

ड) कंपास पाहिले

Q 3) kerf हा शब्द .... शी संबंधित आहे.

अ) फाइल्स

ब) हातोडा

क) आरे

ड) छिन्नी

Q 4) खाली दाखवलेल्या छिन्नीच्या आकृतीमध्ये A आणि B ला काय म्हणतात?

अ) काठ आणि फेरूल

ब) छिन्नी ब्लेड आणि टँग (हँडलच्या आत)

क) चेहरा आणि पायाचे बोट

ड) काठ आणि पायाचे बोट

Q 5) खाली दिलेल्या आकृतीत दाखवलेल्या आरीचे प्रोफाइल A आणि B ओळखा. आणि ब को पहचाने . ए

अ) (अ) रिप प्रोफाइल (बी) रिप प्रोफाइल

ब) (अ) क्रॉस-कट प्रोफाइल (बी) रिप प्रोफाइल

C) (A) रिप प्रोफाइल (B) क्रॉस-कट प्रोफाइल

ड) (ए) क्रॉस-कट प्रोफाइल (बी) क्रॉस-कट प्रोफाइल

प्र 6) खाली दिलेल्या आकृतीत दाखवलेल्या लाकडातील शेकचा प्रकार ओळखा.

अ) कप शेक

ब) हृदय हादरते

क) रिंग शेक

ड) तारा हलतो

Q 7) यापैकी कोणत्या लाकडाची घनता सर्वाधिक आहे?

अ) साग

ब) देवदर

क) चिर

ड) कैल

Q 8) लाकडाच्या नैसर्गिक मसाला मध्ये, खालील आर्द्रता कमी करणे कठीण आहे.

अ) १५% / १५%

ब) २५% / २५%

क) 35% / 35%

ड) ४५% / ४५%

प्र 9) क्रिओसोट तेल वापरणे ही लाकूड जतन करण्याच्या पद्धतींपैकी एक आहे. क्रियोसोट म्हणजे काय?

अ) हा एक प्रकारचा पेंट आहे

ब) कोळशाच्या डांबराच्या ऊर्ध्वपातनाने ते मिळते तारकोल के आसवन से

क) हे कॉपर सल्फेटसारखे एक प्रकारचे रासायनिक मीठ आहे

ड) ते वंगण तेलासारखे असते

Q 10) खाली दिलेल्या आकृतीमध्ये, कोपरा हाफ लॅप लाकूड जोड कोणता आहे?

अ) संयुक्त १

ब) संयुक्त 2

क) संयुक्त 3

ड) संयुक्त 4

प्रश्न 11) प्लॅस्टिक रेझिन ग्लूचा वापर घराबाहेरील फर्निचरसाठी का केला जात नाही?

अ) ते जलरोधक नाही

ब) ते पाणी प्रतिरोधक नाही

क) ते सूर्यप्रकाशात वितळते

ड) यापैकी नाही

प्रश्न 12) झाडाच्या क्रॉस सेक्शनमधील पीठाचे दुसरे नाव काय आहे?

अ) झायलास्ट्रस

ब) मेडुला

सी) पॅरेन्कायमा

ड) सायकाडोफायटा

वे

प्र 13) बाहेरील भागासाठी कशाची शिफारस केलेली नाही?

अ) मरीन बोर्ड

ब) हार्डीफ्लेक्स

क) सामान्य प्लायवुड

ड) फिसेम

Q 14) लाकडाच्या अनेक थरांनी बांधलेल्या लाकडाच्या सदस्याचे वर्णन करण्यासाठी कोणती संज्ञा वापरली जाते ज्याच्या धान्य दिशानिर्देश

सर्व खऱ्या अर्थाने समांतर आहेत?

अ) लॅमिनेटेड लाकूड

ब) उपचार केलेले लाकूड

क) चिकट लाकूड

ड) चिप बोर्ड

प्र 15) उत्पादित फलकांना घन लाकडाचा पर्याय मानला जातो. उत्पादित बद्दल काय खरे नाही

बोर्ड?

अ) ते स्थिर आहेत

ब) ते एकसमान जाडीसह मोठ्या आकारात उपलब्ध आहेत

क) ते किफायतशीर आहेत

ड) ते उष्णकटिबंधीय जंगले नष्ट करतात

Q 16) 12 मि.मी.चे प्लास्टरबोर्ड लाकडाच्या स्टडला लावताना वापरण्यासाठी सर्वात योग्य फिक्सिंग आहे

अ) 50 मिमी अंडाकृती

ब) 35 मिमी स्टेनलेस स्टील स्क्रू

क) 35 मिमी ड्रायवॉल स्क्रू

ड) 75 मिमी राउंडहेड्स

Q 17) खिळ्यांच्या आकाराच्या युनिटला .... म्हणतात.

अ) संख्या

ब) पेनी क्रमांक

क) ग्रॅम मध्ये वजन

ड) यापैकी नाही

प्रश्न 18) ज्या दोन पृष्ठभागावर त्यांची पाने जोडली जातात त्यांची संपूर्ण लांबी असलेल्या लांब अरुंद बिजागरांना म्हणतात.

....

अ) संसदेचा ताबा

ब) ऑलिव्ह नकल बिजागर

क) अदृश्य बिजागर

ड) पियानो बिजागर

प्र 19) खाली जे दाखवले आहे ते कीहोलभोवती संरक्षणासाठी धातूचा तुकडा (लॉक) आहे. त्याला म्हणतात....

अ) कव्हर

ब) चेहरा

सी) ब्लॉक

ड) Escutcheon

Q 20) खाली दर्शविलेले साधन ओळखा जे मोठे वर्तुळ काढण्यासाठी वापरले जात आहे.

अ) लेखक

ब) विभाजक

क) ट्रॅमेल

ड) कॅलिपर

Q 21) पाइन लाकूड .... चे उदाहरण आहे.

अ) पर्णपाती

ब) कोनिफर

क) पांढरा

ड) बांधकाम

प्रश्न 22) खाली दिलेल्या आकृतीत दाखवलेल्या सांध्याचा प्रकार काय आहे?

अ) रॅबेट संयुक्त

ब) मीटर संयुक्त

क) बोटांचा सांधा

ड) जीभ आणि खोबणी संयुक्त

Q 23) खाली दिलेल्या आकृतीत स्क्रू हेडचा प्रकार काय आहे?

अ) फिलिप्स

ब) छेडछाड प्रतिरोधक

सी) टोरेक्स

ड) ऍलन

Q 24) लाकडी तुकड्यांच्या A आणि B (खाली दिलेला आकृती) कडांना काय म्हणतात?

अ) (अ) बेवेल्ड (बी) टॅपर्ड

ब) (अ) बेवेल्ड (बी) चामफेर्ड

C) (A) Chamfered (B) Bevelled

ड) (अ) चांफेर्ड (बी) टॅपर्ड

Q 25) खालील आकृती तीन विमाने दाखवते. त्यांना डावीकडून उजवीकडे बरोबर नाव द्या.

अ) जॅक विमान; गुळगुळीत विमान; विमान वापरून पहा

ब) विमानाचा प्रयत्न करा; गुळगुळीत विमान; जॅक विमान

सी) स्मूथिंग प्लेन; जॅक विमान; विमान वापरून पहा

ड) जॅक विमान; विमान वापरून पहा; गुळगुळीत विमान

Q 26) लाकडाच्या इलेक्ट्रिकल सीझनिंगच्या संदर्भात कोणते विधान सत्य नाही?

अ) ही मसाला तयार करण्याची जलद पद्धत आहे

ब) यात कमी वारंवारतेचा विद्युत प्रवाह वापरला जातो

क) त्याची सुरुवातीची किंमत आणि देखभाल खर्च जास्त आहे

ड) लाकूड, जेव्हा हिरवे असते, तेव्हा विद्युत प्रवाहाच्या प्रवाहास कमी प्रतिकार देते

प्र 27) खालील आकृतीत दाखवल्याप्रमाणे लाकडाचे रूपांतर .... आहे.

अ) रेडियल सॉइंग

ब) क्वार्टर सॉइंग

क) स्पर्शिक करवत

ड) बॉलकिंग

प्रश्न 28) जिथे दरवाजा दोन्ही बाजूंनी झोकणे आवश्यक आहे तिथे बिजागर वापरले जातात ....

अ) दुहेरी क्रिया बिजागर

ब) टी हिंग्ज

क) घर्षण बिजागर

ड) लपवलेले बिजागर

प्र 29) खाली दिलेली आकृती .... दर्शवते.

अ) स्प्रिंग लॅच

ब) डेडलॉकिंग लॅचबोल्ट

क) सहायक लॅचबोल्ट

ड) डेडबोल्ट

Q 30) लिफाफा किंवा आकार परिभाषित करणारा ट्रसचा बाह्य सदस्य .... आहे/आहेत.

अ) वेब

ब) जीवा

सी) मी - तुळई

ड) काँक्रीट

Q 31) खाली दिलेल्या आकृतीमध्ये दाखवलेल्या ट्रसच्या आकृतीमध्ये, स्ट्रट ... द्वारे दर्शविला जातो.

अ) १

ब) २

क) ३

ड) ४

Q 32) खाली दर्शविलेल्या तक्त्याच्या आकृतीमध्ये बाणांनी दर्शविलेला भाग कोणता आहे?

अ) ॲप्रन

ब) सजावटीचे मणी

क) क्रॉस सदस्य

ड) कॉर्नर ब्रेस

Q 33) खाली दाखवलेल्या पायऱ्याच्या आकृतीमध्ये A ला काय म्हणतात?

अ) चालणे

ब) उठणे

क) नाक

ड) दात येणे

Q 34) खाली दाखवलेल्या पायऱ्याच्या आकृतीत, A ला अंतर काय म्हणतात?

अ) जिना पायरी

ब) जिना चढणे

क) जिना जात आहे

ड) पायऱ्यांची जागा

Q 35) खालील आकृती एक यांत्रिक साधन दाखवते ज्याला .... म्हणतात.
एक मांजर

ब) कुत्रा

क) लांडगा

ड) मेंढी

Q 36) जर डिस्पे बोर्ड भिंतीवर टांगायचा असेल तर तुम्ही टांगण्यासाठी काय वापराल?

अ) स्क्रू डोळा

ब) स्क्वेअर हुक

सी) बेंच हुक

ड) पिन्सर

Q 37) लाकूड क्रविंगमध्ये वापरल्या जाणाऱ्या वक्र किंवा व्ही-आकाराच्या ब्लेडसह छिन्नीसारख्या उपकरणाचे नाव द्या.

अ) गेज

ब) गॉज

क) सरगम

ड) संधिरोग

प्रश्न 38) सँडपेपरवर बहुतेकदा वापरले जाणारे अपघर्षक काजळी कोणती असते?

अ) तालक

ब) बोरॉन

क) चकमक

ड) प्युमिस

Q 39) खालील आकृतीमध्ये दर्शविलेल्या विंडोचा प्रकार काय आहे?

अ) स्लाइडिंग विंडो

ब) लोव्हर्ड विंडो

क) केसमेंट विंडो

ड) सॅश विंडो

Q 40) वक्र कापण्यासाठी विशेषतः उपयुक्त असलेल्या परस्पर विद्युत करवतीचे नाव सांगा.

अ) टेबल सॉ

ब) स्क्रोल पाहिले

क) जिगसॉ

ड) बँड पाहिले

Q 41) विमान किंवा छिन्नी वापरताना, ... घाला.

अ) हातमोजे

ब) डोळा संरक्षण

क) कान संरक्षण

ड) लेग कव्हरिंग्ज

Q 42) पॉवर चालू करण्यापूर्वी लाकडी तुकडा हाताने लेथ चालू करणे महत्त्वाचे का आहे?

अ) स्प्लिंटर्स आणि क्रॅक तपासण्यासाठी

ब) टूल रेस्ट क्लिअरन्स तपासण्यासाठी

क) स्टॉक सैल नाही हे तपासण्यासाठी

ड) वरील सर्व

Q 43) कामाच्या अक्षाच्या समांतर लेथवर टूल ट्रॅव्हर्स करणे याला .... असे म्हणतात.

अ) क्रॉस फीड

ब) अनुदैर्ध्य फीड

क) ट्रॅव्हर्स फीड

ड) खोली फीड

Q 44) कोणते साधन गोलाकार ब्लेड वापरून लाकडाला कोनात कापते?

अ) साखळी पाहिले

ब) मिटर पाहिले

क) ड्रिल सॉ

ड) आश्चर्य पाहिले

Q 45) लाकूड लिहिणारा (खालील आकृतीत दाखवलेला) काय करतो?

अ) सहज काढण्यासाठी नट आणि बोल्टला हुक करा

ब) झाडे आणि लाकूड चिन्हांकित करण्यासाठी वापरले जाते

क) कोरडी भिंत सोलून टाका

ड) लाकूड अर्धे कापण्यासाठी वापरले जाते

Q 46) खाली दिलेल्या आकृतीत दाखवलेल्या साधनाला .... म्हणतात.

अ) स्लाइडिंग चाकू

ब) उपयुक्तता चाकू

क) सुलभ चाकू

ड) पिन्सर चाकू

Q 47) ज्या प्रक्रियेद्वारे CNC मशीन पूर्ण कार्यान्वित केले जाते त्याला म्हणतात..

अ) ड्राय रन/ ड ? घाई रन

ब) जॉगिंग / जॉगिंग

क) शून्य करणे / जीरोइंग

डी) इनिशियल करणे / इंशलाइझिंग

Q 48) आकृतीमध्ये दर्शविलेले साधन ओळखा . मध्ये औजार की पहचान कर? ?|

अ) फाइल

ब) छिन्नी

क) मायक्रोमीटर

ड) लेखक

Q 49) आकृतीत दाखवलेले साधन ओळखा.

अ) विमानाचा प्रयत्न करत आहे

ब) जॅक विमान

क) स्मूथिंग प्लेन

ड) रिबेट विमान

Q 50) लाकडाचा यांत्रिक गुणधर्म खालीलपैकी कोणता आहे?

अ) ताकद

ब) कणखरपणा

क) कडकपणा

ड) हे सर्व

प्रश्न ५१) सिझनिंग म्हणजे काय?

अ) पाणी काढून टाकण्याची प्रक्रिया

ब) लाकूड जाळण्याची प्रक्रिया

क) संरक्षक जोडण्याची प्रक्रिया

ड) ग्लेझ जोडण्याची प्रक्रिया

Q 52) आकृतीमध्ये दर्शविलेल्या सांध्याचा प्रकार ओळखा.

अ) मीटर जॉइंट

ब) बोट जोडणे

क) मासे संयुक्त

ड) अर्धा लॅप संयुक्त

Q 53) आकृतीमध्ये दर्शविलेल्या सांध्याचा प्रकार ओळखा.

अ) ब्रिडल संयुक्त

ब) बोटांचा सांधा

क) मासे संयुक्त

ड) अर्धा लॅप संयुक्त

Q 54) _______________ सांधे बोर्डची रुंदी वाढवण्यासाठी वापरतात किंवा फळ्या, ज्या एका काठावर ठेवल्या जातात.

अ) रुंदीकरण

ब) कोन

टाळ्या वाजविल्या

ड) लांबी वाढवणे

Q 55) खालीलपैकी कोणते एक धक्कादायक साधन आहे?

अ) हातोडा

ब) रिमर

क) जम्पर

ड) हातोडा बिट

Q 56) लाकूड स्क्रूचा थ्रेडेड भाग प्राप्त करण्यासाठी __________होल ड्रिल केले जाते.

अ) शंक

ब) काउंटर बोअर

क) अँकर

ड) कॉन्टर सिंक

Q 57) कोणता बोर्ड 18-38 मिमी जाडीच्या विविध आकाराच्या देशी लाकडाच्या पट्ट्यांचा बनलेला आहे?

अ) हार्ड बोर्ड

ब) प्लाय बोर्ड

सी) चिप बोर्ड

ड) ब्लॉक बोर्ड

प्रश्न 58) लॅमिनेटचा मानक आकार किती आहे?

अ) ४ × ८

ब) ३ × ७

क) ५ × १२

ड) यापैकी नाही

Q 59) मसाल्याचा उद्देश _________ कमी करणे नाही.

अ) कडकपणा

ब) संकोचन

क) वजन

ड) यापैकी नाही

प्रश्न ६०) आकृतीत दाखवलेले हाताचे साधन ओळखा?

अ) हँड ड्रिल

ब) गिमलेट

क) रॅचेट ब्रेस

ड) इलेक्ट्रिक ड्रिल

Q 61) लाकूड जतन करण्यासाठी कोणते संरक्षक वापरले जातात?\ लकड़ी के संर ण _ के लिए कौन सा संर ? क उपयोग या

जाता जाता है ?

अ) तार\ टार

ब) पेंट \\\ ।चे \\\\\\\\\ "

क) रासायनिक मीठ\ रसायनिक सा ?ब

ड) हे सर्व\ ये सर्व

Q 62) जाडीच्या प्लॅनरमध्ये नियोजनासाठी फीड रोल कोणत्या दिशेने स्टॉक हलवतो?

अ) मागास

ब) वरची दिशा

सी) फॉरवर्ड

ड) खालची दिशा

Q 63) आकृतीत दर्शविलेले मशीन ओळखा.

अ) चेन मोर्टाइजर

ब) पोर्टेबल इलेक्ट्रिक जिग सॉ

क) डिस्क सँडर

ड) यापैकी नाही

Q 64) आकृतीमध्ये दर्शविलेले बिजागर ओळखा.

अ) बट बिजागर

ब) फ्लश बिजागर

क) बिजागर काढा

ड) टी बिजागर

Q 65) कॅबिनेट फाइल करण्यासाठी खालीलपैकी कोणते लॉक सर्वात योग्य आहे?

अ) कॅम लॉक

ब) पॅड लॉक

क) मोर्टाइज लॉक

ड) कंटाळलेला लॉक

Q 66) आकृतीमध्ये दर्शविलेले कुलूप ओळखा.

अ) मोर्टाइज लॉक

ब) दंडगोलाकार लॉक

क) कंटाळलेला लॉक

ड) युनिट लॉक

Q 67) खालीलपैकी सर्वात कडक दरवाजाची चौकट कोणती आहे?

अ) टेनन आणि मोर्टाइज

ब) कॅन्टो मेसा

क) ओव्हर लॅपिंग फ्रेम रॅबेटेड

ड) डोवेटेल

प्र 68) पारंपारिक _________ दरवाजाच्या शटरमध्ये गुंडाळणे, सडणे, पेंट करणे आणि देखभाल

अ) धातू

ब) लाकडी

क) काच

ड) प्लायवुड

Q 69) कोणते साधन लाकडात चेहऱ्याची बाजू आणि फेस एज तयार करू शकते?

अ) जॅक विमान

ब) बेल्ट सँडर

क) रेसिप्रोकेटिंग सॉ

डी) राउटर

Q 70) कोणते पोर्टेबल मशीन टूल लाकूड कापण्यासाठी अतिशय सक्षम आहे, रचना बोर्ड, लिबास,

प्लास्टिक, कार्डबोर्ड आणि लेदर?

अ) पोर्टेबल इलेक्ट्रिक जिग सॉ

ब) पोर्टेबल इलेक्ट्रिक वर्तुळाकार हँड सॉ

क) पोर्टेबल सँडर

ड) पोर्टेबल इलेक्ट्रिक राउटर

प्रश्न ७१) किंग पोस्ट ट्रस म्हणजे काय?

अ) किंग पोस्ट ट्रसमध्ये दोन प्रमुख राफ्टर्स, एक टाय बीम आणि मध्यवर्ती उभ्या किंग पोस्ट असतात

ब) किंग पोस्ट ट्रसमध्ये एक प्रमुख राफ्टर्स, एक टाय बीम आणि मध्यवर्ती उभ्या किंग पोस्ट असतात

क) किंग पोस्ट ट्रसमध्ये दोन प्रमुख राफ्टर्स आणि दोन मध्यवर्ती वर्टिकल किंग पोस्ट असतात

ड) यापैकी नाही

Q 72) खालीलपैकी कोणते फिनिश टर्निंगसाठी खरे नाही?

अ) वापरलेले साधन स्क्यू आहे

ब) एकतर कटिंग किंवा स्क्रॅपिंग पद्धती वापरल्या जाऊ शकतात

क) वर्कपीसच्या मध्यभागी काम सुरू होते

ड) यापैकी नाही

Q 73) लाकूड टर्निंग लेथ चालू करण्यासाठी खडबडीत पृष्ठभाग पटकन कापण्यासाठी वापरल्या जाणाऱ्या छिन्नीचे नाव काय आहे?

अ) घट्ट छिन्नी

ब) गेज छिन्नी

क) छिन्नी तिरपा

ड) मोर्टाइज छिन्नी

Level 2 Answer key

Question No.	Option	Question No.	Option	Question No.	Option
1	C	31	D	61	D
2	D	32	A	62	C
3	C	33	C	63	A
4	B	34	C	64	A
5	C	35	B	65	A
6	D	36	B	66	A
7	A	37	B	67	A
8	A	38	C	68	B
9	B	39	D	69	A
10	A	40	C	70	A
11	A	41	B	71	A

12	B		42	D		72	D
13	C		43	B		73	B
14	A		44	B			
15	D		45	B			
16	C		46	B			
17	B		47	D			
18	D		48	D			
19	D		49	A			
20	C		50	D			
21	B		51	A			
22	A		52	D			
23	C		53	A			
24	C		54	A			
25	C		55	A			
26	B		56	C			
27	B		57	D			
28	A		58	A			
29	B		59	A			
30	B		60	C